சமதர்மம்

கா. ந. அண்ணாதுரை

Title: Samadharmam

Author: C. N. Annadurai

Language: Tamil

First Published on: 1948

Year of Publication: 2024

Book Format: Paperback

*Page Size: 6inch * 9inch*

Category: Essays

Subject: Political Essays

No. of pages: 122

ISBN: 978-81-988093-9-1

Published by: Nilan Publishers, Madurai, Tamilnadu, India

பொருளடக்கம்

குறிப்புகளுக்காக

சமதர்மம்

சமதர்மம்--ருசிகரமான வார்த்தை--நாட்டிலே இன்று பலராலும் பேசப்பட்டுவரும் இலட்சியம். பலராலும் என்றால் உண்மையிலேயே அந்த உயர்ந்த இலட்சியத்தின்படி சமூகம் திருத்தி அமைக்கப்பட வேண்டும். மக்களுக்குள் எந்தக் காரணங் கொண்டும் பேத உணர்ச்சியோ, அதனாலான கேடுகளோ இருத்தல் கூடாது. வாழவேண்டும்; பிறர் வாழ்வைக் கெடுக்காமல் என்ற சிறந்த நோக்கங் கொண்டவர்கள் மட்டுமல்ல, நாட்டிலேயுள்ள காட்டு ராஜாக்கள் கூடப் பேசத் தலைப்பட்டு விட்டனர்.

நாம் அனைவரும் சமம் என்பது உறுதியாச்சு என்னும் கவிதா நடையிலே மட்டுமல்ல; "அவனும் மனுஷன் தானேய்யா, அவன் என்ன தலையில் கொம்பு முளைத்தவனா?" என்று தெருக்கோடி பாஷையில்கூட.

சமத்துவமாக வாழவேண்டும் என்றபேச்சு, ஒவ்வொருவர் பேசும்போதும் ஒவ்வொரு விதமான பொருள் இருக்கிறது.

முடிதரித்த மன்னன் கூறுகிறான்;"நமது ஆட்சியிலே அனைவரும் சமம்; நாம் நமது மக்களிலே பேதா பேதம் பார்க்க மாட்டோம்" என்று. மன்னனின் சமத்துவ நோக்கத்தை வெளிப்படுத்தும் பேச்சாகவே இது முதலில் தோன்றும். ஆனால் சற்றுச் சிந்தித்துப் பார்த்தால்... நமது ஆட்சியிலே நமது கண்களுக்கு... என்ற வாசகங்கள் மூலம் மன்னன் தன்னை அனைவருக்கும் மேலாக்கிக் கொண்டு, தனது அதிகாரத்தை ஊர்ஜிதப் படுத்திக் கொள்கிறான் என்பது விளங்கும்.

கோபமாக இருக்கும்போது குப்பன் கூறுகிறான்; "அவனவன் ஜாதி அவனவனுக்கு உயர்வுதானய்யா" என்று. அவனை பிறகு குளிர்ந்த மனதுடன் இருக்கும் போது "என்ன இருந்தாலும் அவர் மேல்ஜாதிக்காரர்" என்று பேசுகிறான். குளிர்ந்த மனதுடன் இருக்கும்போது மேல்ஜாதிக்காரன் கூறுகிறான்: "குப்பா ஜாதியிலே என்னடா இருக்கிறது? எல்லாம் அவாள் அவாள் குணத்தைப் பொறுத்து இருக்கிறது" என்று. ஆனால், கோபம் பிறந்தாலோ அவர் கொக்கரிக்கிறார். "குதிரையும் கழுதையும் ஒன்றாகுமோ? கையிலே உள்ள 5 விரலும் ஒரே அளவோ" என்றெல்லாம். இது போலத்தான் இந்தச் சிறந்த இலட்சியத்தைப் பற்றி, மக்கள் பேசுவதைக் கூர்ந்து கவனித்தால், ஊஞ்சல் ஆடுவது போலச் சருக்குமரம் ஏறுவதுபோலச் சமதர்மப் பேச்சு காணப்படும். ஊராரும் முறையாகச் சிலராலும், உபதேச மார்க்கமாகச் சிலராலும், இது பேசப் படுகிறது. பேச்சிலே மட்டுமல்ல, இந்த முரண்பாடு; இதைப் பேசும் மக்கள் நிலையலேயும் காணலாம்.

கோபால கிருஷ்ணையரும் கவுன்சிலர்தான், கோவிந்த செட்டியாரும் கவுன்சிலர்தான், கொண்டையாவும், கவுன்சிலர்தான், முனிசிபல் சபையிலே. அவர்களுக்குள் பேதமில்லை. ஒரேவிதமான அதிகாரம் அந்தஸ்து ஆசனம் எவ்லாம். கோபால கிருஷ்ணையர் கொண்டுவரும் தீர்மானத்தை கொண்டையா எதிர்க்கலாம், தடையேதும் கிடையாது, சட்டம் ஜாதியை கவனித்து தடைபோடாது. அரசியலில் அவர்கள் மூவரும் சமம். நகரசபை மண்டபத்திற்கு உள்ளே, வெளியே வந்ததும் மூவரும் வேறு வேறு--அங்கே சட்டமல்ல; சாஸ்திரம் அவர்களை ஆக்குகிறது. அந்தச் சாஸ்திரத்தைச் சட்டத்தால் தொடக்கூட முடிவதில்லை. கொண்டையாவை, கோபால கிருஷ்ணையர் சட்டப்படி நடத்துவார் நகரசபைக்குள்ளே; சாஸ்திர முறைப் படி நடந்துகொள்வார் வெளியே. கொண்டையா வெறும் கொண்டையாவாக இராமல், மிஸ்டர் கொண்டையா, பி. ஏ. ஆக இருந்தால் கோபால கிருஷ்ணையரும் கோவிந்த

செட்டியாரும் அவரை நடத்தும்முறை சம்பிரதாய முறையிலிருந்து கொஞ்சம் மாறுபடக் கூடும். கனிவுடன் கூடப் பேசுவர். "என்ன செய்யலாம், அவர் அந்த ஜாதியிலே பிறந்துவிட்டார்" என்று. அதிலும் மிஸ்டர் கொண்டையா பி. ஏ. ஒரு புதிய காரிலே வந்து இறங்கினால், சம்பிரதாம் முறை உருத்தெரியாமல் மாறக்கூடும், ஆனால் எந்தக் காரணத் தைக் கொண்டோ கொஞ்சம் கோபம் பிறந்தால் போதும் உள்ளத்திலே உறங்கிக் கொண்டிருக்கும் பழமைப் பாம்பு சீறிப் படமெடுக்கும். கொண்டையாவின் ஜாதி மட்டுமே அப்பொழுது கண்களுக்குத் தெரியும்; பி. ஏ. பட்டம். புதிய மோட்டார் இவை மறையும்.

பயணம், படிப்பு இவைகளின் மூலம் ஜாதி பேதத்தின் கொடுமையை ஓரளவுக்குக் குறைக்க முடியுமேயொழிய, அடியோடு அழிக்க முடிவதில்லை. அரசியலில் சமத்துவம் ஏற்பட்டுவிட்டால் மட்டும் சமூகத்திலுள்ள பேதங்கள் போய்விடுவதில்லை. அந்தப் பேதம் இருக்கும் வரையில் "சமதர்மம்" என்ற இலட்சியம் கனவில் காணும் காட்சியாகவே இருக்க முடியும். மக்களுக்குள் ஏற்படும் பேதம் பல காரணங்களால் அமைவதால், பேதத்தின் உருவம் பலவகையாகக் காட்சியளிக்கிறது. ஜாதியால், மதத்தால், குலத்தால், அரசியல் நிலையால், பொருளாதாரத்தால் பேதம் ஏற்படுகிறது. இவையனைத்தையும் அகற்றியாக வேண்டும். ஆனால் இந்த நாட்டிலே, ஜாதிதான் மக்களுக்குள் பேதத்தை ஏற்படுத்தும் முதல் சாதனம். மக்களின் இரத்தத்திலே கலக்கப்பட்டிருக்கும் கடு விஷம்--மனதிலே இடக்கு நோயைப் புகுத்திவிட்ட முறை--எனவேதான், பேதமற்ற சமுதாயத்தை-- சத்துவத்தை--சமதர்மத்தை நாம் காண வேண்டுமானால் முதலில் ஜாதி தொலைந்தாக வேண்டுமென்று நான் சார்ந்துள்ள அறிவியக்கம் பல காலமாகக் கூறி வருகிறது.

மனதிலே உள்ள தளைகளை நீக்குவது, அவசியமான காரியமென்பதை உணர்ந்து, ஐரோப்பாக் கண்டத்திலே பேரறிவாளர்களான, வால்டேர், ரூசோ போன்றார் அறிவுத்துறைப் புரட்சிக்காகப் பணியாற்றினர். அதேவிதமான பணி தேவை. பொதுவாகவே நாம் சிந்தித்தால், இந்தப் பணியின் அவசியம் நன்கு விளங்கும். உலகில் உள்ள கஷ்டங்கள். வறுமை, பிணி, வேலையில்லாக் கொடுமை, பாட்டாளி படும் துயரம், இவைகள் எல்லோரும் இன்புற்று வாழுவதற்கு ஏற்ற வசதியில்லாததால் உண்டானவையா என்று யோசித்தால், இல்லை என்று தெரியும், ஆராய்ச்சியாளர்கள் புள்ளி விவரங்களைக் காட்டியே கூறியிருக்கிறார் கள். இயற்கை தரும் செல்வத்தை வசதியைக் கொண்டு, நாளொன்றுக்கு சராசரி இரண்டுமணி நேரம் எல்லோரும் வேலை செய்தால் எல்லோரும் வயிறார உண்டுவாழலாம் என்று கூறியிருக்கிறார்கள். அவ்வளவு இயற்கைச் செல்வமும் அதனை மக்களுக்கான உபயோகப் பொருளாக்கும் பாட்டாளியின் சக்தியும் உள்ளன. இருந்தும் இவ்வளவு இன்னலை இங்குமட்டுமல்ல, எங்கும் இன்று மட்டுமல்ல, பன்னெடுங்காலமாக, அனுபவித்துவரவேண்டியிருக்கிறது. சகித்துக்கொள்ள வேண்டியிருக்கிறது. சாமான்யர்களாகிய நம் காலத்திலே மட்டுமா வீராதி வீரர்கள் சாம்ராஜ்யாதிபதிகள் காலத்திலேயும் சரி யோகியாக விற்பன்னர்கள், வேத வேதாந்த சிரோமணிகள், ஆழ்வாராதிகள், நாயன்மார்கள், அஷ்டசித்தியை அறிந்தவர்கள், அரி அரனை அழைப்பவர்கள், ஆத்மஞானிகள் என்போர்களின் நாட்களிலேயும் இந்தப் பிரச்சினை இங்கிருந்து வந்ததுடன், இல்லாமை போதாமை எனும் நோயின் பிடிப்பிலே சிக்கி ஒரு பெருங் கூட்டம் அவதிப்படவும், செல்வத்திலும் சுகத்திலும் சிறுகூட்டம் அமிழ்ந்து கிடக்கவுமான நிலைமை இருந்து வந்தது. இதனை மக்கள் பல காலமாகச் சகித்துக் கொண்டனர். நம்மால் முடியாது என்றெண்ணி மருண்டனர். யாராவது இதை மாற்றும் முறையைக் கூற முன்வர மாட்டார்களா என்று ஏங்கி நின்றனர். எந்த குறுக்குவழி புகுந்தேனும் இந்தக்

கஷ்டத்திலிருந்து நீங்க முடியுமா என்று பதைத்தனர். ஒருவரை ஒருவர் வெட்டி வீழ்த்திக் கொண்டனர். என்னென்னமோ செய்தனர் இந்தப் பிரச்சினையைத் தீர்க்க. இன்னும் ஓர் முடிவு காணவில்லை. மனிதனால் இந்தப் பிரச்சினையைத் தீர்ப்பதற்கு மூடிவுகாண முடியாத காரணம் என்ன? அறிவு இல்லை என்று கூறிவிட முடியுமா? பறக்கக்கூடக் கற்றுக்கொண்டான்; பார்முழுவதையும் பாக்கேட் சைஸ் ரேடியோவுக்குள் அடக்கிவிடடான். இன்னமும் பசி, பட்டினி, பஞ்சம் இன்றி எல்லோரும் வாழ வழி கண்டுபிடிக்க மனிதனுடைய அறிவு அவனுக்குப் பயன்படவில்லை. அறிவுப் பஞ்சம் அல்ல இதற்குக் காரணம் அவனுக்குள் புகுத்தப்பட்ட அச்சம் அவனுடைய அறிவு ஊற்றைப் பாழ்படுத்துகிறது. அதனாலேயே மனிதன் மனம் அலைமோதி நிற்கிறது.

மனிதன் கஷ்டம் அனுபவித்தபோது, மிதவாதிகள் அவனுடைய கண்ணையும் கருத்தையும், எந்த உண்மைக் காரணத்தால் மனிதன் கஷ்டப்படுகிறானோ அந்தக் காரணங்களைக் காணவொட்டாமல் தடுத்து கைலாயம், வைகுந்தம், காகுந்தன், காளியாயி, ஜெபமாலை, உடுக்கை இப்படி வேறு பல பொருள்கள், முறைகள் மீது திருப்பி விட்டனர். மனிதன் திக்குத் தெரியாத கா[illegible] போலானான். எனவே தான், அவன் தன் நிலையை மாற்றிக்கொள்ளும் முயற்சியில் தோற்கவேண்டி நேரிட்டது. எடுத்துக் காட்டாக ஒன்று கூறுகிறேன், கூலி உயர்வுக்காகவோ, போனசுக்காகவோ ஒரு தொழிலாளர் சங்கம் போராடுகிறது என்று வைத்துக்கொள்வோம். பாட்டாளி கூட்டம் முடிந்து வீடு போகிறான்.

மனைவி கேட்கிறாள்: 'வேலை கூடத்தான் இல்லையே, எங்கே போய் சுற்றிவிட்டு வருகிறீர்கள். மணி பத்தாகிறதே...'

அவன்: 'பைத்தியமே, இன்று மீட்டிங்கு' என்று சொல்லுகிறான்.

'அதுதான் இருக்கிறதே ஒவ்வொரு தினமும்' சலித்த குரலில் மனைவி கூறுகிறாள்.

'வள்ளி, வர்க்கப் போராட்டம் நடக்கிறது. இதிலே பாட்டாளி வர்க்கந்தானே ஜெயிக்கும்' என்று அவன் கூறுகிறான். அன்று கேட்ட சமதர்மப் பிரசாரத்தின் ஆர்வத்தால், 'என்னமோ பொன்னியம்மாள் புண்ணியத்தாலே அந்த முதலாளி மனது மாறி, ஏழைகள்மேல் இரக்கங் காட்டவேணும்,' பரம்பரைப் பழக்கத்தால் வள்ளி கூறுகிறாள் இதுபோல்.

இவ்விதம் இருவிதமான முறைகள், ஒன்றிற்கொன்று நேர்மாறானவை பேசப்படுகின்றன. ஒரே குடும்பத்தில் ஒரே ஒரு இலட்சியத்தைப் பெற, இந்த முரன்பாடு ஒழிக்கப்பட்டால்தான் சுவையுள்ள அந்த இலட்சியத்தை நடைமுறையில் வெற்றிகரமாக்கிக் காட்டமுடியும். எனவே தான், மனதிலே உள்ள தளைகள் அறுபட்டால்தான் சமதர்மத்திற்குள்ள தடைகள் ஒழிக்கப்படும் என்று அறிவியக்கம் கூறுகிறது.

இவ்வளவு சிக்கல் நிறைந்து இந்தப் பிரச்சினையைச் சமதர்மத்தை--ஏதோ மிகச் சுலபத்திலே சாதித்து விடக்கூடும் என்ற முறையிலே பலர் பேசுகின்றனர். சாதாரணமாக நாம் பேசுவதில்லையா? சங்கீதம் என்ன சார், பிரமாதம்? சாரீரம் கொஞ்சம் நன்றாக இருக்கவேண்டும்; சுருதியுடன் சேர்ந்து பாடவேண்டும்; 'தாளம் தவறக்கூடாது இவ்வளவுதானே' என்று; பாட ஆரம்பிக்கும் போது தானே தெரிகிறது. சாரீரம் வித்வானுடன் ஒத்துழைக்க மறுப்பதும், சுருதியுடன் அவர் மல்லுக்கு நிற்பதும், தாளம் அவருக்குச் செய்யும் துரோகமும். அதுபோலத்தான் சமத்துவம் சமதர்மம் போன்ற

இலட்சியங்களைப் பேசுவது சுலபம், சாதிப்பது கடினம். அந்த இலட்சியத்தின் சாயலை-- முழுப் பயனைக்கூட அல்ல-- சாயலைப் பெறுவதற்குப் பல நாடுகளில் பயங்கரப் புரட்சிகள் நடக்கின்றன. இன்று நாட்டிலே மக்கள் அனைவரும் சமம் என்று பேசுமளவிற்கு வந்திருக்கிறோம்--பலர் தெளிவற்ற முறையில் விளக்கமான திட்டமும் இல்லாமல்.

"காக்கை குருவி எங்கள் ஜாதி"--"ஜாதிகள் இல்லையடி பாப்பா"--பாரதியார் பாடினார்.

அவருக்கு இல்லை ஜாதி, ஜாதி இருக்கவேண்டும் என்று பேசுபவனையே அவர் மனிதனென மதிப்பதில்லை. ஆனால் அவர் நாட்டில் என்ன நிலை? பாரதியார் பாடின அன்று அல்ல. இன்னும் என்ன நிலை? ஜாதி, மத, குல, பொருளாதார பேதங்கள் மக்களை முன்னேற ஒட்டாதபடி, மூச்சுத் திணரும்படி, முதுகெலும்பை முறிக்கும்படி அழுத்துகின்றன.

இந்நிலையில் சமத்துவம் மலர்வதெங்கே? சமதர்மம் தோன்றுவதெங்கே? அதன் முழுப்பயனாகித் தோழமையைக் காண்பது எங்ஙனம்? தோழமை ஆழ்ந்தகருத்துள்ள அழகான சிறுசொல்

ஒற்றுமை--கூட்டுறவு--ஒப்பந்தம்--கூடி வாழ்தல்--நட்பு--அன்பு--என்றுள்ள எத்தனையோ பதங்களும், ஒவ்வோர் அளவுவரை மட்டுமே சொல்லக்கூடியவை--முழுத் திருப்தி தருபவையல்ல--தோழமை என்ற நிலையை அடையும் படிக்கட்டுகள் இவை--ஆனால் தோழமை, இவ் வளவுக்கும் மேலான ஓர் நிலை, பேதம் நீங்கிய, நீக்கப்பட்ட அல்லது கவனிக்கப்படாத நிலை அல்ல--பேதம் ஏற்படாத நிலை--ஏற்பட முடியாத நிலை.

தாங்கள் இது ஒரு தாய் நாட்டவர்--பற்று. அவ்வளவு தான் ஒரு மதக்காரர்--பாசம்; அதற்குமேல் இல்லை. ஒரே கட்சிக்காரர்--நேசம் அவ்வளவோடு நின்று விடும். ஏனெனில், இவை ஒவ்வொன்றும் கடைசிவரை நீடிக்கக் கூடியதல்ல. மனதுக்கு முழுத் திருப்தி தரக்கூடியதுமல்ல.

அவனும் உன் நாட்டவன்தானே, சொந்த நாட்டுக்காரர்கட்குள் சண்டையா? ஆகுமா இந்தச் சகோதரச் சண்டை என்று, கேட்டுப் பார்த்தால் தெரியும்--நாட்டுப் பற்றை, அவன் நையாண்டி செய்வான்.

இதோ பார் என் நாடு என்று காட்டுவான் கல் இடிந்த வீட்டை. அதோபார் அவனுடைய நாட்டை என்று காட்டுவான் மாளிகையை. காட்டிவிட்டுக் கூறுவான்; இருவரும் ஒரே நிலப்பரப்பில் இருக்கிறோம், அவ்வளவே தவிர, அவனும் நானும் ஒரே நாட்டுக்காரரல்ல, அவனுடைய நாடு உல்லாசபுரி, என் நாடு உழைத்து அறுக்கும் இடம் என்று கூறுவான், கோபங்கொண்ட ஏழைத் தொழிலாளி.

நெருக்கடியான எவ்வளவோ நேரங்களில் நாட்டுப் பற்று மதப்பற்று முதலியன மங்கிவிடும். விரோத உணர்ச்சியேகூட மூண்டுவிடும்.

தோழமை அஃதல்ல; ஒருவரை ஒருவர் கண்டவுடன் முகமலர்ச்சி சிரமமின்றி ஏற்படவேண்டும்--பயன் கருதி அல்ல--அர்த்தமற்று அல்ல--கண்டதும் களிப்பு--நம்மைப் போல ஒருவன் என்ற நினைப்பிலிருந்து அந்தக் களிப்பு மலரவேண்டும்.

பேதம் வெறும் மன உணர்ச்சியினால் மட்டுமே ஏற்படுபவதல்ல--பேதம் இலாபம் தருகிறது. எனவேதான், அதனை விட்டுவிட மனமில்லை. பேதத்தால்

பிழைப்பவர்களுக்கு, ஓநாய்க்கு இரத்த பானத்தில் சுவையிருக்குமட்டும் ஜீவகாருண்யத்தை அது எப்படி வரவேற்க முடியும். பேதமும் பல காலமாக இலாபம் தரும் சாதனமாக இருப்ப தாலேயே, அதற்குச் 'சாகாவரம்' கோருகின்றனர். அதனால் இலாபம் பெறுகிறவர்கள், பேதத்தால் வரும் இலாபம் ஒழிக்கப்பட்டால் தான் தோழமை இருக்கமுடிகிறது.

இந்தத் தோழமைதான், சமத்துவத்தின் கனி, சமதர்ம மணம், இதைக் காணத்தான் ஜாதி தொலைய வேண்டும் என்று பாரதியார் சொன்னார். அவரைப் பாராட்டுபவர்களைப் பார்த்து, நாட்டைப் பார்த்து, ஆர்வமிக்க இளைஞர்களைப் பார்த்து,

"இருட்டறையில் உள்ளதடா உலகம்
ஜாதி இருக்கின்ற தென்பானும் இருக்கின்றானே
மருட்டுகின்ற மதத்தலைவர் வாழ்கின்றாரே
வாயடியும் கையடியும் மறைவதெந்நாள்?
சுருட்டுகின்றார் தம்கையில் கிடைத்தவற்றைச்
சொத்தெல்லாம் தமக்கென்று சொல்வார் தம்மை
வெருட்டுவது பகுத்தறிவே இல்லையாயின்
விடுதலையும் கெடுதலையும் ஒன்றேயாகும்."

என்று பாரதிதாசன் கூறுகிறார்.

மஹாத்மா காந்தி

உலக உத்தமர் மறைந்ததால், உள்ளம் நொந்துகிடக்கும் நாம், ஒருவருக்கொருவர் ஆறுதல் மொழி கூறிக்கொள்ளும் நிலையிலே இருக்கிறோம். ஒரு கிழமைக்கு மேலாகிவிட்டது: இழிகுணத்தான், மாநிலம் போற்றும் மகாத்மாவைக் கொலைசெய்து. உலகம் இன்றும் அழுது கொண்டுதான் இருக்கிறது. அவருடைய மாண்புகளைப் பற்றிப் பேசாத நாடில்லை. எழுதாத ஏடில்லை. எங்கும் கலக்கம்--ஏக்கம்--எவருக்கும் தாங்கொணாத் துக்கம். அதை மாற்ற அவரைப்பற்றிப் பேச முனைகிறோம். ஒவ்வொரு பேச்சும், மீண்டும் மீண்டும், கண்ணீரைக் கொண்டு வரவே உதவுகிறது. மூண்ட தீ அணையவில்லை: துக்கம் தரும் நிலை அது. ஆனால் அவர் புகழ் ஒளிபரவுகிறது. அதை எண்ணுவோம். ஆறுதல் பெற முயற்சிப்போம்.

நாம் அரசுரிமை இழந்திருந்தபோது அவர் பிறந்தார். அவர் மறையும்போது நாம் அரசுரிமை பெற்று வாழ்கிறோம்.

அவர் பிறந்தபோது நமது நாடு உலகிலே இழிவும் பழியும் தாங்கிய நாடாக இருந்தது. அவர் மறைந்திடுவதற்கு முன்னம், மாஸ்கோவிலிருந்து நியூயார்க் வரையிலே உள்ள சகல நாடுகளிலும், நமக்கு விடுதலையை விளக்கும் விருதுபெற்று, தூதுவர்களும் வீற்றிருக்கும் நிலை உண்டாகிவிட்டது.

அவர் பிறந்தபோது உலக மன்றத்திலே, நமக்கு இடம் கிடையாது. இன்று நாம் இருந்தால், உலக மன்றத்திலே புதியதோர் பலம் என்று பல நாடுகள் எண்ணும் நிலை ஏற்பட்டுவிட்டது.

அவர் பிறந்தபோது, இங்குத் தேவைப்படும் எந்தச் சாமானுக்கும், வெளிநாட்டின் தயவை நாடி, ஏங்கிக் கிடந் தோம். இன்று வெளிநாடுகள் நமது சரக்குகளைப் பெற நம்முடன் ஒப்பந்தங்கள் செய்து கொள்வதற்குத், தமது ராஜ தந்திரத்தை உபயோகிக்கும் அளவு மாறுதலைக் காண்கிறோம்.

அவர் பிறந்தபோது, கோயில்கள் மூடிக்கிடந்தன. தீண்டாதார் என்று தீயோரால் அழைக்கப்பட்டு வந்த தியாகப் பரம்பரையினருக்கு அவர் கண் மூடுமுன், மூடிக்கிடந்த கோயில்கள் எல்லாம் திறந்துவிட்டன.

குடித்துக்கிடப்பது மிகச் சாதாரணம், சகஜம் என்று யாரும் எண்ணிக்கொண்டிருந்த நாட்கள் அவர் பிறந்தகாலம். மதுவிலக்குச் சட்டம் அமுல் நடத்தப்படுவதைக் கண்டான பிறகே அவர் மறைந்தார்.

அவர் பிறந்த காலத்திலே, சூரியனே அஸ்தமிக்க அஞ்சும்படியான அளவுள்ளதாக இருந்தது பிரிட்டிஷ்சாம்ராஜ்யம். அந்தச் சாம்ராஜ்யத்தின் ஆதிக்கப்போக்கு அழிந்ததைக் கண்டான பிறகே, அவர் கண்களை மூடினார்.

அவர் பிறந்த நாட்களிலே, பிரிட்டனிலிருந்து, கவர்னர்களும். மற்ற அதிகாரிகளும் இங்குவந்த வண்ணம் இருந்தனர் ஆள்வதற்கு--அடிமை இந்தியாவை. வெளியே அவர்கள் போகும் காட்சியைப் பார்த்துவிட்ட பிறகே, உத்தமர் உயிர் நீத்தார்.

இவ்வளவையும், அவர் மந்திரக்கோல் கொண்டோ, யாக குண்டத்தருகே நின்றோ சாதிக்கவில்லை--மக்களிடையே

வாழ்ந்து, மக்களின் மகத்தான சக்தியைத் திரட்டிக் காட்டிச் சாதித்தார். புதிய வாழ்வு தந்தார். புதிய அந்தஸ்து தந்தார்.

இவ்வளவு தந்தவருக்கு, அந்தத் துரோகி தந்தது மூன்று குண்டுகள், சாக்ரடீசுக்கு விஷம் தந்தது போல.

அவர் சாதித்தவைகள் மகத்தானவை. ஆனால் அவர் சாதிக்க எண்ணியிருந்தவை வேறு பல. அவை மேலும் மகத்தானவை.

நாட்டிலே உள்ள மற்றக் கொடுமைகள், ஜாதிச் சனியன், வறுமை, அறியாமை. ஆகியவற்றை அடியோடுகளைந்தெறிந்துவிட்டு, உலகினர் கண்டு பின்பற்றத்தக்க முறையிலே, உன்னதமான இலட்சியங்களைக் கொண்ட ஓர் சமுதாயத்தைக் காண விரும்பினார். அதற்காக அரும் பாடுபட்டு வந்தார். அந்த நேரத்தில், ஆத்திரத்தால் அறிவை இழந்தவனால் அவர் கொலை செய்யப்பட்டார்.

அவர் கண்ட, அந்த நாள் இந்தியா, வீரர்களைக் கோழையாக்கிவிடக் கூடியது. விவேகிகளை விசாரத்திலாழ்த்தக் கூடியது. முப்பது கோடிக்கு மேற்பட்ட மக்கள் அவர்களின் முதுகெலும்பு முறிந்தது போலிருந்து அடிமைச் சுமையினால் நம்பிக்கை தகர்ந்து போயிருந்த நேரம்.

முடிதரித்த மன்னர்களெல்லாரும் ஆங்கில ஆட்சியின் பிடியிலே, கோட்டை, கொத்தளம் கட்டிக் காத்தவர்களெல்லாரும் நாட்டை இனி மீட்டிட முடியாது என்றெண்ணி வரட்டமுற்றுக் கிடந்தனர். எப்படியோ ஆட்சி நடக்கட்டும்; இதை எதிர்ப்பதோ முடியாத காரியம். எனவே, இதற்குப் பயபக்தி வீசுவாசம் காட்டி, ஏதேனும் பலன் பெற்றுக், காலந்தள்ளுவோம் என்று பலர் எண்ணிவிட்டனர்.

அவர்களிடம் ஆயுதம் இல்லை--ஆட்சியாளர்களோ, ஆயுத பலமுள்ளவர்கள்.

அவர்களிடம் நம்பிக்கை இல்லை. ஆட்சியாளர்களிடமோ, நம்பிக்கை, ஆணவமாகிவிட்ட நிலை.

இந்த நிலையிலே தோன்றினார் விடுதலைப் போர் தொடுக்க. யார் அந்தச் சமயத்திலே நாட்டை நோக்கினாலும், நம்பிக்கை துளியும் பிறக்காது. இவர் நம்பிக்கையுடன் பணியாற்றலானார். நாட்டு மக்களிடம் நம்பிக்கை ஊட்டினார். அவர்களின் நம்பிக்கைக்குப் பாத்திரமானார். நானிலத்தின் நன் மதிப்பைப் பரிசாகப் பெற்றார்.

முடியுமா? என்ற சந்தேகத்தை அவர் விரட்டினார். நாடு விடுதலை பெறவேண்டுமா, அல்லவா? என்று தன்னைத் தானே கேட்டுக் கொண்டார். ஆம்! என்றது அவருடைய தூய்மையான உள்ளம்--உள்ளம் உரைத்ததை ஊராருக்கு அறிவித்தார். ஊரார் சந்தேகமும் பயமும் கொண்டனர். "விடுதலை வேண்டும். நாடு மீளவும், கேடு தீரவும். நாம் இனி மனிதராய் வாழ்வும், கட்டாயமாக விடுதலை வேண்டும். ஆனால் நம்மால் முடியுமா?" என்று கேட்டனர்.

விடுதலை வேண்டும் என்று மனம் கட்டளையிட்டுவிட்ட பிறகு மறு கேள்வி எது? அவர் கேட்டார்.

"அவர்கள் பலசாலிகள்" மக்கள் கூறினர்.

"நாம் பலம் பெறவேண்டும். பெறுவோம்" அவர் உரைத்தார், உறுதியுடன்

"சிறையிலே தள்ளுவார்களே"--என்றனர் மக்கள்.

"தள்ளுவர்--ஆனால் இப்போது உள்ள இடமும் சிறைதான்; இது பெரிய சிறை" அவர் பதில் சொன்னார் நகைச் சுவையுடன்.

தடியடி, துப்பாக்கி, தூக்குமேடை, அந்தமான் தீவு என்பன போன்ற எத்தனையோ ஆபத்துக்கள் அடுத்தடுத்து வரும்--உரிமைப் போரிலே உள்ள ஆபத்துக்களை அவர் ஒளிக்காமல், குறைக்காமல் கூறினார்.

இவ்வளவையும் நான் பொருட்படுத்தப் போவதில்லை--மரணபயமின்றி இக்காரியத்திலே ஈடுபடத் தீர்மானித்துவிட்டேன்--ஆயுத பலத்தை நம்பி அல்ல; மன உறுதியை நம்பி--நாம் நமது பிறப்புரிமைக்காகப் போராடுகிறோம். இது தர்மம் என்று பலத்தை நம்பிப் போரைத் தொடுக்கிறேன் என்றார்; தொடுத்தார். வயலோரத்திலிருந்து வாட்டமுற்ற உழவன் முதற்கொண்டு, வசீகர் வாழ்விலே இருந்துவந்த சீமான் வீட்டுச் செல்லப்பிள்ளை வரையிலே. அவர் முகாமில் வந்து குமிந்தனர்.

வேறு நாடுகளிலே விடுதலைப் போர் கொடுத்தவர்கள் இரகசியமாகவோ, பகிரங்கமாகவோ, சொந்தத்திலேயோ, வேறு நாட்டின் துணைகொண்டோ, இராணுவத்தைத் திரட்டுவது; போர்ப் பொருளைக் குவிப்பது; மறைந்திருந்து தாக்குவது; சதி செய்வது என்ற பல முறைகளைக் கையாண்டனர். தாய் நாட்டின் விடுதலைக்காக இவையாவும். எனவே, சரியா? தவறா? என்ற கேள்விக்கும் இடம் இல்லை என்றனர்.

உலக வரலாற்றிலேயே முதன் முறையாக இந்தத் திட்டம் வேண்டாம் என்று ஒதுக்கிவிட்டுப், புதியதோர் தத்துவத்தைக் கொண்ட திட்டத்தை, ஆயுதமின்றி இரகசியமின்றி, வெளிப்படையாகத் தூய்மையுடன் விடுதலைப்போர் நடத்தலானார்; அதிலே வெற்றி கண்டார்.

அந்த வெற்றி வீரனுக்கு--வெறியன் தந்த பரிசு மூன்று குண்டுகள்--அடிமைகளின் விடுதலையைப் பெற்றுத் தந்த ஆபிரகாம் லிங்கன்மீது ஆங்கோர் வெறியன் குண்டு வீசியது போல.

இவ்வளவு பெரிய துணைக் கண்டத்துக்கு விடுதலையை வாங்கித் தந்தவர், நாட்டுமக்களின் ஏழ்மைக் கோலத்தைக் கண்டார்--கருத்திலே அக்காட்சி கலந்தது. அவர், அவர்களில் ஒருவராகவே வாழலானார். "எல்லாம் மாயம்; உலகமே இந்திர ஜாலம்." என்று உபதேசிக்கும் குருமார்கள் தங்கப் பாதக் குறடும், வைரம் இழைத்த குண்டலங்களும் அணிந்துகொண்டிருக்கக் கண்ட மக்கள் முன்பு. எவ்வளவு சுகமும் வசதியும் நினைத்தால் பெறுவதற்கு உரிமையும் வாய்ப்பும் பெற்றிருந்தும், ஏழை வாழ்வை நடத்திய உத்தமர் உலவினார். மக்களின் மனம் என்னென்ன எண்ணியிருக்கும்; குண்டல மணிந்த குருமார்களையும், குறுந்தடி பிடித்து உலவிய உத்தமரையும் ஏசகாலத்தில் கண்டபோது, "கண்டறியாதன கண்டோம்" என்று களித்தனர், காதகனுக்குக் கண்ணிலேயும் கருத்திலேயும் கடு விஷம்--அவன் காணச் சகிக்கவில்லை இந்தக் காட்சியை--கொன்றான் உத்தமரை--அருளொழுகும் கண்ணுடையவர் என்று மக்கள் கூறக்கேட்டும். ஏசுவைச் சிலுவையில் அறைந்த வஞ்சகர்போல.

அவரைக் கொன்றானே கொடியேன், அப்போது அவர் மனதிலே இருந்து வந்த எண்ணங்கள் யாவை? என்பதை எண்ணும் போதுதான், நாம் எவ்வளவு பெரிய நஷ்டத்துக்கு

ஆளாக்கப்பட்டிருக்கிறோம் என்பது விளங்குகிறது, கல்லும், கட்டிடையும், காகிதக் குப்பையும் ஏற்றிக் கொண்டு சென்ற கலம் கவிழ்ந்தால் நஷ்டம் என்ன? முத்தும் பவளமும், முழுமதி போன்ற துகிலும், பிறவும் கொண்டு செல்லும் கலம், கடலிலே மூழ்கிவிட்டால், நஷ்டமும் மனக் கஷ்டமும் நெஞ்சை வெந்திடச் செய்யுமல்லவா? அதுபோலக் காந்தியாரைக் கயவன் கொன்றபோது, அவருடைய மனதிலே அருமையான திட்டங்கள், நாட்டுக்கு நலன் தரும் புதிய முறைகள். ஊசலாடிக்கொண்டிருந்தன. அதை எண்ணும் போதுதான் எவ்வளவு பெரிய நஷ்டம் இந்தச் சம்பவம் என்பது விளங்குகிறது.

விடுதலை பெற்றுத் தந்ததோடு வேலை முடிந்தது என்று அவர் முடிவுகட்டவில்லை. நாட்டை மீட்கவேண்டும்--நல்லாட்சி அமைக்கவேண்டும்--மக்களை நல்லவர்களாக்கவேண்டும்--வீரம்--திறம், விவேகம், மூன்றையும் விரும்பினார், மக்களை நல்லவர்களாக்கவேண்டும் என்பதே அவருடைய இறுதி இலட்சியம். நல்ல மனிதர்களால்தான் நல்லாட்சி நடத்தமுடியும். நாட்டுக்கு விடுதலையும் கிடைத்து மக்கள் நல்லவர்களாகாமல், கொலை பாதகர்கள். கொள்ளைக்காரர்கள், ஆதிக்க வெறியர்கள், ஆள் விழுங்கிகள், ஆஷாடபூதிகள், ஆகியோரின் ஆதிக்கம் அழிந்துபடாதிருந்தால், விடுதலையால் என்ன பலன்? வேடனிடமிருந்து மீட்டுவந்த புள்ளிமானை; வேங்கையின் முன்பு துள்ளி விளையாட விடுவதா?

இதை எண்ணினால், நாடு விடுதலை பெற்றதும், நல்லாட்சி அமைக்கும் வழிவரை கூறி அந்தப் பொறுப்பை உடனிருந்தோரிடம் தந்தார். மக்களை நல்லவர்களாக்கும் நற்பணி புரியலானார்.

நல்ல மனிதர்களெல்லாரும், திடீர் திடீரென்று பொல்லாத செயல்புரியக் கிளம்பியது கண்டார். மனம் மிக நொந்தார். மனிதனுக்குள் இருக்கும் மிருகம் வெளிப்படக் கண்டு, மிகவும் வேதனைப்பட்டார். இந்தச் சூழ்நிலையை மாற்றியாகவேண்டும் என்று தீர்மானித்துப், பணி புரியலானார். அந்த அரும்பணியாற்றுவாயிலேதான் அநியாயமாய்க் கொல்லப்பட்டார்.

நாட்டை மீட்க ஒரு ரணகளச் சூரரையும், நல்லாட்சி அமைக்க பல கலைவாணரையும் மக்களை நல்வழிப்படுத்த அறநெறி கூறுவோரையம் நாடியாகவேண்டும். எந்நாட்டுக்கும் அனைவரும் ஏக காலத்தில் கிடைக்க மாட்டார் கள். ஒருதலைமுறையிலே வீரன்தோன்றி விடுதலைதருவான். மற்றோர் தலை முறையிலே நிபுணர் தோன்றி நல்லாட்சி அமைப்பார். பிறிதோர் சமயம் பேரறிஞர் தோன்றி மக்களுக்கு நல்வழி காட்டுவார்.

உத்தமர் காந்தியாரின் உள்ளம், இந்த மூன்று பண்புகளையும் ஏக காலத்தில் ஒன்றுக்கொன்று குறையாத அளவில் கொண்டு இருந்தது. மூன்று தலைமுறைகள், மூன்று தனித்தனித் தலைவர்கள் கொள்ள வேண்டிய குணத்தை, அவர் ஒருவர் கொண்டிருந்தார் உலக வரலாற்றிலே இதற்கு வேறு ஈடு கிடையாது.

விடுதலை வாங்கித்தந்தவர்கள் உண்டு-
போர்த்திறனால்!

நல்லாட்சி நிறுவியவர்கள் உண்டு-
அறிவின் மேம்பாட்டினால்:

மக்களை நல்லவர்களாக்கினவர்கள் உண்டு-

தூய்மையினால்.

மூன்று அரும் பணிகளையும் ஒருசேரச் செய்த ஒப்பற்ற சிறப்பு, உத்தமர் காந்தியார் ஒருவருக்கேதான் உண்டு.

நாடு விடுதலை பெற அன்னியருடன் போராட வேண்டி இருந்தது--செய்தார்; வெற்றி பெற்று நாட்டுக்குச் சிறப்பை வாங்கித் தந்தார்.

நல்லாட்சி நிறுவுவதற்காகத் திட்டங்களை நிபுணர்களைக் கொண்டு தீட்டவேண்டும்--அந்தக் காரியத்தை நடத்த, அகிலம் அறிந்த பண்டித நேரு இருக்கிறார் என்ற களிப்பும் நம்பிக்கையும் கொண்டார்.

மக்களை நல்லவர்களாக்குவதற்கு அவர்கள் மனதிலே உள்ள மாசுகளைப் போக்கவேண்டுமே மக்கள் மனதிலே பல காலமாக மூண்டு போய்க் கிடக்கும் மதவெறி, அதன் கிளைகளான பேதபுத்தி, வகுப்புத் துவேஷம், கொடுமை ஆகியவைகளைக் களைந்தாக வேண்டும். மக்கள் மனதிலே குரோதத்தை, துவேஷத்தை, சுயநலத்தைத் தூவும் முறையிலே உள்ள போதனைகளை, ஏற்பாடுகளை எண்ணங்களை அகற்றியாகவேண்டும் என்று அவர் எண்ணினார்.

இந்து மதத்திலே ஏறிப்போய் ஊறிப் போயிருந்த கேடுகளைத் தமது பரிசுத்த வாழ்க்கையாலும், தூய்மையான உபதேசத்தாலும், புதிய விளக்க உரைகளாலும் நீக்கும் காரியத்தில் ஈடுபடலானார். அன்பு நெறி தழைக்க வேண்டும் என்றார். அவர் இந்த மதம், அவன் அந்த மதம், என்று குரோதம் கொள்ளாதீர் என்றார். இது பெரியது; இன்னொன்று தாழ்ந்தது என்று எண்ணாதீர் என்றார். தீண்டாமை போகவேண்டும் என்றார். அமளிக்கிடையே நின்று

படுகொலைகள் நடைபெற்ற இடத்திற்கெல்லாம் சென்று கூறிவந்தார்.

மிக மிக எளிய வாழ்க்கையில் இருந்துகொண்டு இன்சொல் பேசி. எந்த முறையையும் ஐதீகத்தையும் ஒரே அடியாக ஒழித்துவிடும் புரட்சித் திட்டமும் கூறாமல், மக்களை நல்லவர்களாக்கு மளவுக்குப் பழைய முறைகளிலே உள்ள தூசு தட்டி, மாசு போக்கி, பயனுடைய மனித மேம்பாட்டுக்கு உதவக்கூடிய ஏற்பாட்டிளைச் செய்யவேண்டுமென்று பாடுபடலானார். இதற்கு இவரைக் கொலை செய்தான் மாபாவி. எண்ணும்போதே நெஞ்சு பற்றுவது மட்டுமல்ல; இவருடைய இன்சொல் முறைக்கே மதவெறி இவரைப் பலி கேட்டது என்றால், நாட்டிலே தலைகீழ் மாற்றம், செங்கோல், ஜெபமாலை, இரண்டும் செலுத்தும் ஆதிக்கம் ஆகியவற்றை ஒழிக்க வேண்டுமே இனி, நமது நாட்களில் அப்போதுதான் தன்னாட்சி நல்லாட்சியாக முடியும். அந்தக் காரியம் செய்யும்போது உத்தமர் உயிரைக் குடித்த மத ஆதிக்க வெறி உலவுமானால். எத்தனை கோட்சேக்கள் கிளம்புவரோ, என்பதை எண்ணும்போதே நெஞ்சு திடுக்கிடுகிறது.

மக்களை நல்லவர்களாக்கவேண்டுமானால், அவர்கள் மனதிலே உள்ள மாசு, மதவெறி, ஜாதி ஆணவம் சுயநலம், ஆதிக்க எண்ணம் ஒழித்தாக வேண்டும் என்று பேசி வந்தபோதும் நாட்டை மீட்க வேண்டும் என்று அவர் அன்னியருடன் போரிட்டபோதும் கிளம்பாத பயங்கரச் சக்தியொன்று கிளம்பியது. கோட்சே உருவில் அதுதான் மத ஆதிக்க வெறி. அதனால் கொலையுண்டார்.

தோட்டத்தை மண்மேடாக்கியவனிடமிருந்து மீட்டு அதைப் புன்னகைப் பூந்தோட்டமாக்குவதற்காக, அழகிய மலர்ச் செடிகளுக்கான விதைகளைத்தூவ, அங்குச் சென்றபோது, புதருக்குள்ளிருந்து, பாம்பொன்று வந்து கடித்துக் கொல்வது போல், நாட்டை மீட்டு, நல்லாட்சி அமைத்து, மக்களை

நல்லவர்களாக்குவதற்காகக் கருத்தைப் பரப்பும்போது, கோட்சே கிளம்பினான். இந்தப் பழியைத் துடைத்தாக வேண்டும். பாரெங்கும் பேசுவர், நாட்டை மீட்டுத்தந்த உத்தமனை, உள் நாட்டு மத ஆதிக்க வெறி கொன்றது என்று.

மேட்டினைப் பூந்தோட்டமாக்க விதை கொண்டு வந்த வேளையில், பாம்பொன்றினால் இறந்த தோட்டக்காரனைக் கண்டு புலம்புவதும், பாம்பை அடித்துக் கொல்வது மட்டுமல்ல, குடும்பத்தாரின் கடமை, இறந்து கிடப்பவரின் கரத்திலே உள்ள விதையை எடுத்துப் பார்த்து விம்மி அழுதான். பிறகு, இவைகளைத் தூவி இங்கு பூந்தோட்டம் காண விரும்பினார்; அவர் மறைந்தார் விதையோ இருக்கிறது இதோ. இதைத் தூவுவேன், இதோ இருக்கிறது; பூந்தோட்டம் காண்பேன்; அந்த உருவில் அவரைக் காண்பேன்; அந்த மணத்திலே அவர் பெருமை தெரியக் கண்டு மகிழ்வேன்--அவர் செய்துவந்த பணியை நான் மேற்கொள்வேன் என்று கூற வேண்டும் மறைந்த உத்தமர் மத ஆதிக்க வெறியால் கொல்லப்பட்டார். அந்தக் கொடும்பாம்பை ஒழித்தாக வேண்டும். அவர் அனைவரும் ஒன்று எனும் அன்பு மார்க்கக் கருத்தைத் தூவி வந்தார். அதை நாம் செய்து முடிப்போம். என்பதே நமது உறுதியாக இருக்கவேண்டும்.

புத்தர் காலத்திலே நடந்தேறியது போலப் புதிய வழியைக் கொள்வோம் என்ற உறுதி கொண்டு உழைப்பதே, நாம் அந்த உத்தமருக்கு எழுப்பக் கூடிய நிலையான ஞாபகச் சின்னம்.

ஓய்வு நேரம்

"எனக்கு ஓய்வு ஏது, இதற்கெல்லாம்--அங்கே நரம்பு முறிய வேலை வாங்குகிறான்-அலுத்துப் படுத்தால் கட்டை போலாகி விடுகிறேன் --நான் போகவில்லை, கூத்துப் பார்க்க"--என்று கூறும் பாட்டாளி--"நமக்கு ஓய்வு கிடையாது--ஆறு மாதத்துக் கணக்கு இன்னும் எழுதி முடித்தாக வேண்டும் ஒரு வரத்திலே" என்று கூறும் எழுத்து வேலைக்காரர், நிரம்பியுள்ள சமுதாயத்திலே, 'ஓய்வு நேரம்' ஆராய வேண்டிய பிரச்சினையாக எடுத்துக் கொள்ளப்பட்டிருக்கிறது. நமது நாட்டிவே சமூக, பொருளாதார அமைப்புகள் மாறிக்கொண்டு வருகின்றன--நல்ல விதமான வளர்ச்சி ஏற்பட்டால், 'ஓய்வு நேரம்' உண்மையிலேயே, கவனிக்கப்படவேண்டிய பிரச்சினையாகிவிடும்--தக்க திட்டங்கள்கூட தீட்டவேண்டிய நிலைமை ஏற்பட்டுவிடும். இப்போது முன்னணியிலே இருக்கும் பிரச்சினைகளை எப்படி வாழ்க்கையை நடத்துவது என்பதாகவே, பெரும்பாலான மக்களுக்கு இன்று இருக்கிறது.

எப்போது பார்த்தாலும், ஏதாவது வேலை செய்தபடி இருப்பவர்களையும் காணலாம்--வேலை ஏதும் செய்யாமல் பொழுதை ஓட்டுபவர்களையும் காணலாம. வேலை ஏதும் செய்யாமலிருப்பவர்கள் எல்லாம் ஓய்வாக இருக்கிறார்கள். என்று கூறிவிட முடியாது. வேலை ஏதும் கிடைக்காததால் அப்படி உள்ளவர்களே ஏராளம்.

'ஓய்வு நேரம்'--வேலை கிடைத்து அதிலே ஈடுபட்டு உள்ளவர்களுக்கு வேலை நேரம் போக, மிச்சமிருக்கும் பொழுது, வேலை செய்யும் நிலையில் இல்லாதவர்களின் 'காலம்' ஓய்வு அல்ல--அது ஓய்யாரம். வேலை கிடைக்காததால் வேலை செய்யாது இருப்பவர்களுக்கு கிடைத்திருப்பது 'ஓய்வு' அல்ல திகைப்பு, வேலை செய்யும் மனப்பான்மையற்றவர்கள் காலத்தைக் கொலை செய்வது

'ஓய்பு' அல்ல--அது சோம்பல், ஆக, யாராவது. ஒரு வேலையும் செய்யாது இருக்கும்போது அவர் ஓய்வாக இருக்கிறார் என்று கூறிவிடுவது கூடாது.

ஓய்வு வேறு; வேலையற்று இருப்பது முற்றிலும்வேறு.

காலை முதல் மாலைவரை பாடுபட்டு வேலை செய்து பிழைக்கும் பாட்டாளிக்கு, இரவு தெருக்கோடியில் நடைபெறும் 'கூத்து' ஓய்வு நேரம் பொழுதுபோக்காக அமைகிறது-- கூத்தாடுபவர்களுக்கோ; இரவு முழுவதும் கூத்து ஆடி அலுத்து, காலையிலே படுத்துத் தூங்கி, பகலில் விழித்தபடி புரண்டுவிட்டு மாலை நேரத்திலே வெளியே சென்றுவருவது ஓய்வு நேரம்--பொழுது போக்கு நேரம்--வேடிக்கைக்காகச் சொல்வார்கள்--ரயில் ஓடும் போது போர்ட்டருக்கு ஓய்வு--ரயில் நின்று சில நிமிஷம் ஓய்வு கொள்கிறதே அப்போது போர்ட்டாருக்கு வேலை--அதுபோல ஓய்வு நேரம் ஒவ்வொருவருக்கும் ஒவ்வொரு நேரம்.

வேலை செய்து செய்து அலுத்து, இனி வேலை செய்யவே முடியாத நிலை ஏற்பட்டால், வேலை செய்யாமல் இருப்பதை, 'ஓய்ந்து விட்டான்' என்று கூறுகிறோம். அந்த நிலையல்ல 'ஓய்வு நேரம்' வேலை செய்கிறான்-- இடையே வேலை ஏதும் செய்யாமலிருக்கிறான்--அந்த வேளை தான் 'ஓய்வு' இந்த ஓய்வு நேரம்--ஓய்வின்தன்மை, இதைக்கொண்டுதான், அந்தச் சமூகத்தின் நிலைமையை மதிக்கிறார்கள் அறிவாளிகள். பொதுமக்களில் பெரும்பாலானவர்களுக்குக் கிடைக்கும்' ஓய்வு' இருக்கிறதே, அதையே நாகரிகத்தின் அளவுகோலாகக் கொள்கிறார்கள் நல்யிறிவாளர்கள்.

உழைத்துத்தான் வாழ வேண்டும்--வாழ்வு, உரிமை, உழைப்பு, கடமை.

ஆனால் உழைப்பு, உடலும் உள்ளமும் முறிந்து போகாத அளவிலேயும் வகையிலேயும் இருக்கவேண்டும். வாழ்விற்கு வகை தேடுவதற்காகப் பாடுபடவேண்டும். ஆனால் படுகிறபாடு, உடல் வளத்தையும் உள்ள உற்சாகத்தை பாழ் படுத்திவிடுமானால், தொடர்ந்து பாடுபடும் திறன்பட்டுப் போய்விடும், வாழ்வின் சுகத்தை ருசிக்கும் திறனும் கெட்டுப்போய்விடும். உழைப்பு, உருக்குலைந்து விடக்கூடாது--உடலையும் சரி, உள்ளத்தையும் சரி, வாழ்விற்காக வசதி தேடுவதற்கு உழைத்து, அந்த உழைப்பினாலே, உருக்குலைந்து போகும் நிலை மனிதனுக்கு ஏற்படுமானால், அவன் முட்டையிட்டதும் செத்துவிடும் கோழி, அரும்புவிட்டதும் பட்டுப்போகும் செடிபோலப் பயன் காணாமலும் பயன் தாராமலும், போய்விடுகிறான்.

உழைப்பு, நம்முடைய உடலையும் உள்ளத்தையும் சிதைத்து விடவில்லை. வாழ்க்கையின் அடிப்படைத் தேவைகளுக்கும் குடும்ப வளர்ச்சிக்கும் வளத்துக்கும் தக்கவருவாயைத் தருகிறது. இந்த வருவாயைப் பெறுவதற்காக உழைத்த நேரம் போக, மிச்ச நேரம் ஓய்வு கிடைக்கிறது, என்ற நிலைமை நாட்டு மக்களின் பெரும் பான்மையினருக்கு ஏற்பட்டால்தான். ஓயவு நேரம். சமூகத்தின் தரத்தையும், மனப்பண்பையும் உயர்த்தக் கூடிய சக்தி பெறும்.

நமது சமூகத்திலே இன்றைய அமைப்பிலே, உழவர்கள், இயந்திரத் தொழிலாளர்கள், பல திறப்பட்ட தொழிலாளர்கள். பணிமனைகளிலே வேலை பார்ப்பவர்கள், என்று பல 'தரம்' இருக்கக் காண்கிறோம், யந்திரத் தொழிலாளர்களின் தொகை. மொத்த ஜனத்தொகையில் கால் பங்குக்கும் குறைவு. பாதிக்குமேல் உள்ளவர்கள் உழவர்கள்--பணிமனையினர், உழவர் அளவு இல்லை--அதற்கு அடுத்த நிலையினர். இந்த மூன்று வகையினருக்கும் இன்று வாழ்க்கைத் தரமும் தொழில் முறையும் அமைந்திருக்கும் நிலை, உண்மையான ஓய்வு,

உள்ளத்துக்குப் புதிய உற்சாகம் தரக்கூடிய ஓய்வு கிடைப்பது கடினம், ஒரு சிலருக்குக் கிடைக்கும் ஓய்வையும், தக்க விதத்திலே பயண்படுத்திக்கொள்ள மனவளமும் குறைவு, பணபலம் அதைவிடக் குறைவு.

இயற்கை நம்மைத் துரோகம் செய்துவிடவில்லை. மற்ற நாடுகளிலே உள்ளதைவிட, இயற்கை வளம் இங்குக் கண்டவர்கள் பொறாமைப்படும் அளவிற்கு இருக்கத்தான் செய்கிறது. என்றாலும் தொழில் வளம். தொழில் திறம் போதுமான அளவு பெருகாத்தால் தரித்திரம் தாண்டவமாடக் காண்கிறோம். புதிய முறைகளையும் கருவிகளையும் கொண்டு, இயற்கை வளத்தைப் பயன் படுத்துவதிலே மற்ற நாடுகளைவிட நாம், மிகப் பின்னணியில் இருப்பதால், இங்கு, சுவையற்ற, களைக்குதவாத வாழ்க்கையை நடத்துவதற்கே மிகப் பெரும்பாலான மக்கள், மாடுடன் உழைக்கிறார்கள். மனித உழைப்பு மிக மிக அதிகமான அளவிலே செலவிடப்படுகிறது. மனிதன் பிணமாகாதிருக்க; நல் வாழ்வு பெற அல்ல முழு வாழ்வு பெறக்கூட அல்ல--சாகாமலிருக்க. ஆகவே, ஓய்வு பாட்டாளியின் வேலையின் கடினம் குறைக்கப்பட்ட பிறகுதான் பெரும்பான்மை மக்களுக்குக் கிடைக்கும். பெரும்பான்மையினருக்கு ஓய்வு கிடைத்து, அந்த ஓய்வை தக்கபடி பயன் படுத்தினால்தான் பாடுபடுபவருக்கு மேலும் தொடர்ந்து பாடுபடவும், திறமையுடன் பாடுபடவும் முடியும்--பிறகு பொதுச் செல்வம் வளரும்; சீர் உண்டாகும்; நாடு செழிக்கும். இவைகள் எல்லாவற்றையும்விட, மனித மாண்பு மலரும். உழைத்தோம், வாழ்வின் பயனைப் பெறுகிறோம் என்ற களிப்பு முதலிலே ஏற்படவேண்டும். பிறகுதான் ஓய்வைச் சுவைக்க முடியும்.

வேலை மனிதத் தன்மையை மாய்க்காத அளவு--இருக்க வேண்டும்--வேலை நேரத்தை மட்டுமல்ல குறிப்பிடுவது; வேலை முறை--தன்மை வேலை செய்பவனுக்கு வேலை நேரத்தில் வேலைக்குத் தேவையான வசதிகளைத் தருவது

எல்லாவற்றையும் சேர்த்துத்தான் கூறுகிறேன். வேலை மனிதனை, தேயச் செய்துவிட்டால், பிறகு கிடைக்கும் ஓய்வு வேளை ஓய்வு தராது--பாதி மனிதரால் ஓய்வு பலனைப் பெறமுடியாது.

ஓய்வு, சீமான்களாக உள்ள சிலருக்கு மட்டும் உரிமையாக இருந்த காலம் உண்டு. நிலைமை இப்போது மாறிவருகிறது--ஓரளவிற்கு நம்பிக்கைத் தருகிற வகையில் ஓய்வு சிலருக்கும்; ஓயாத வேலைத் தொல்லை மிகப் பலருக்கும்--என்ற முறையில் சமூக அமைப்பு இருக்கும் போது ஓய்வின் விளைவுகளாக கலை, பண்பு, இவைகளை அல்ல, கருத்தற்ற களியாட்டம், வேதனை யூட்டும் வெறியாட்டம், ஆணவ ஆர்ப்பாட்டம், இவைகளையே காண முடியும்.

ரோம் சாம்ராஜ்யத்திலே ஒரு விசித்திரமான அரங்கம். பள்ளத்தில் அரங்கம்--பார்வையாளர்கள் உயரத்தில் அமர்ந்திருப்பர். அரங்கத்திலே வீரப் போர் நடைபெறும். மல்யுத்தமல்ல--வாட்போர் அல்ல--பலசாலிக்கும் வலிமை சாலிக்கும் அல்ல--மனிதனுக்கும் சிங்கத்துக்கும் சண்டை--பதை பதைக்கும் மனிதன். பசியுடன் உள்ள சிங்கம்--பயங்கரமான போர், பள்ளத்தில். மேலே சீமான்கள். சீமாட்டிகள் ரசிக்க. கர்ஜனை செய்யும் காட்டரசன் வாலைச் சுழற்றித்தரையில் அடிக்கும். பயத்தால் மனிதனின் பற்கள் ஒன்றோடொன்று உராயும், மேலே சீமாட்டிகள் சிரிப்பொலியும், கைதட்டுவதால் எழும் வளையொலியும் கிளம்பும்; சீமான்கள் சொக்குவர். இரத்தம் பீறிட்டு வரும்--மனிதனுக்கு. சீமான்கள் மேலே இருந்து ஆரவரம்செய்வர்--விடாதே; விலகாதே; என்று. ஆயுதமற்ற மனிதனுக்கு உற்சாக மூட்டுபவர் பசியாற் புதிய பலம்பெற்ற சிங்கத்தைத் தாக்கும்படி காட்டரசன் கிழித்தெறிவான் மனிதனை கீழே--அரங்கத்தில்--மேலே மேட்டுக் குடியினரான மனித மிருகங்கள். ஓய்வு நேரத்தை, ரோம் நாட்டுச் சீமான்கள்

பயன்படுத்திய வகைகளிலே இதுவொன்று. மனிதனை மிருகம் கொல்வது கண்டுகளிக்கும் பொழுதுபோக்கு

ஓய்வு சிலருக்கு--வேலை பலருக்கு என்ற--முறை மாறினாலொழிய ஓய்வு சமூக உயர்வுக்குப் பயன்படும் பண்பு ஆக முடியாது. வாழ்க்கைத்தரம் மட்டமாக இருக்கும் சமூகத்திலே, ஓய்வு கிடைத்துப் பயனில்லை. பொருளும் இல்லை. வேகாத பண்டத்தை வெள்ளித் தட்டிலே வைத்துத் தரும் வீண் வேலையாகும்.

நம்நாடு பட்டிக்காடுகள் அதிகமாக உள்ள இடம். பட்டிக்காடுகளோ உழவர்கள் வாழுமிடம். உழவர்களுக்கு ஆண்டிலே மூன்று மாதத்திற்காவது வேலை இருப்பதில்லை ஓய்வுதான்--இந்தச் சமயத்திலே அவர்கள் வீணாகப் பொழுதை ஓட்டுகிறார்கள். நேரம் வீணாகிப் போகிறது- என்று கூறி உழவும் தொழிலுக்கான நேரம் போக மிச்சமிருக்கும் ஓய்வு நேரத்தை, உழவர்கள் பலன் தரும் பொழுது போக்குக்கும் செலவிடவேண்டும் உதாரணமாக அவர்கள் தேனீ வளர்க்கலாம்; கோழி வளர்க்கலாம்; கூடை முடையலாம், நூல் நூற்கலாம்--சிறு சிறுகுடிசைத் தொழில் செய்யலாம்; ஓய்வு வீண் போகாது, பலனும் கிடைக்கும். வருமானமும் உண்டு என்று கூறாத நிபுணர் கிடையாது உழவர்களுக்காக இந்த யோசனை கூறப்பட்டாலும் சரி, பொதுவாக எல்லோருக்குமே சொல்வதானாலும் சரி, ஓய்வு நேரத்தைப் பணமாக்கும் வழிகளாக்கும்போது சிக்கல் நிச்சயம் ஏற்பட்டுத்தீரும். செலவிடும் நேரம், செலவிடும் உழைப்பு. இவைகளுக்கு ஏற்ற பணம் பலனாகக் கிடைக்கிறதா என்ற கேள்வி நாளா வட்டத்திலே கிளம்பித் தீரும். கிளம்பும்போது வாழ்க்கையிலே குளிர்ச்சி அதிகமாக உள்ளவர் பொழுதுபோக்குத் தொழிலிலே கிடைக்கும் ஒரு அணாவைக் கொண்டு அடையும் களிப்பு அதிகமாகத்தான் இருக்கும்--கலெக்டர் பங்களாத் தோட்டத்துக் கலாப்பழம். காலை முதல் மாலை வரையில் கழணியில் பாடுபட்டும் கால்

வயிற்றுக்கும் கட்டிவரவில்லையே என்று கதறும் கந்தன் ஓய்வு வேலையில் உழைத்துப் பெறும் பலாப்பழத்தைவிட அதிக இனிப்புதான் அதிக களிப்பு தான் கிடைக்கும்.

ஓய்வு என்ற பெயரால் புதிய உழைப்பு--அந்த உழைப்பின் மூலம் கிடைக்கும் வருவாய் வாழ்க்கைச் செலவிற்கு பயன்பட வேண்டும், என்ற நிர்பந்தம் இருந்துவிட்டால் அது, ஓய்வுமல்ல பொழுதுபோக்கு மாகாது. எனவே கிராம மக்களுக்காகக் கூறப்படும் யோசனைகள். ஓய்வையும் உழவனுக்குப் புதிய எஜமானாக்கி விடுகிறது, நண்பனாக்கவில்லை.

ஓய்வு--உயர்ந்த பண்புள்ள நண்பன் மூலம் நாம் என்ன பெறமுடியுமோ அவ்விதமான மனமகிழ்ச்சியைத் தருவதாக அமைத்துக் கொள்ளவேண்டும், அது இன்றுள்ள சமூக. பொருளாதார அமைப்பு முறையில், சாத்தியமாகுமா என்பது மிகமிகச் சந்தேகம்.

ஓய்வு நேரத்தை, உல்லாசமாகக் கழிக்க வேண்டுமானால் அதற்காகச் செலவிட வகை கிடைக்கவேண்டும்--செலவு பெரும்பாலான மக்களின் வாழ்க்கைத் தரத்துக்குப் பொருத்தமானதாக இருக்கவேண்டும், ஓய்வின் சுவையைப் பருகி--வேலைக் கலைப்பைப் போக்கிக் கொள்ள வேண்டும். களைப்பைப் போக்கிக் கொள்ள வெப்ப நாட்களில் குளிர்ந்த பானமும், குளிர் நாட்களிலே சூடான பானமும், எல்லா நாட்களிலும் இனிய முகமும், அன்பு மொழியும், கொண்ட குடும்பமும் தேவை--இது கிடைத்தான பிறகு, ஓய்வைக் கழிக்கும் முறையைக் கண்டறியும் போது அறிவும், அறிந்தபிறகு அந்த முறைப்படி பொழுது போக்கும் வசதியும் ஏற்படவேண்டும்.

ஓய்வு நாட்களிலே, படகு வீட்டிலே தங்கி காஷ்மீர் காட்சியைக் கண்டு களிக்க வாருங்கள் குடும்பத்துடன்--என்ற விளம்பரத்தைக் காணும் ஆபீஸ் அலுவலவர்கள், கதையிலே நந்தனார் பாடுவதாகச் சொல்வார்களே, அதைப் போல, நாளைப் போகாமலிருப்பேனோ நான்--என்று பாடி அழ முடியுமே தவிர, வேறென்ன செய்வது?

உதக மண்டலத்து வனப்பு, கொடைக்கானல் குளிர்ச்சி குற்றாலக் கவர்ச்சி, இவைகளைக் கண்டு களிக்கும் பொழுது போக்கு--ஓய்வு--எவ்வளவு பேருக்குக் கிடைக்கமுடியும்? வாழ்க்கைத் தரம் பொதுவாக உயர்ந்தாலொழிய இத்தகைய 'உல்லாசம்' சிலர் சொல்லப் பலர் அதிசயிக்கும் பேச்சளவாகத்தான் இருந்து தீரும். வாழ்க்கைத்தரம் உயருவதுடன் உதகமண்டலம், குற்றாலம், கோடைக் கானல் புதிது புதிதாக அமைக்க வேண்டும்--அதாவது ஓய்வு இடங்கள், பொழுது போக்குமிடங்கள் புதிது புதிதாக ஏற்படுத்தவேண்டும். அந்தந்த வட்டாரத்து மக்களின் பணக்கண்ணுக்குத் தெரியக் கூடிய தொலைவில், தமிழ் நாட்டிலே பல இடங்கள் இப்படி ஏற்பாடு செய்ய முடியும் பொது முயற்சியால்--துரைத்தனத்தாரின் திட்டத்தால்.

ஓய்வு நேரம்--மேலே வானத்திலே நிலவு, நட்சத்திரம் காண்கிறோம். களிப்புத்தான்--ஆனால் எவ்வளவு நேரம் காண முடியும்--அந்த ஊர் நகராட்சி மன்றத்தாரோ பொதுநலக் கழகத்தாரோ, ஒரு அருமையான டெலஸ் கோப்பை, தக்க முறையிலமைத்து பொழுது போக்குபவர்கள் காண வரலாம் என்று ஒரு ஏற்பாடு இருந்தால் விண்ணைக்கண்டு களிப்பது, எவ்வளவு சுவையான பொழுது போக்காக மாறும், நம்மையும் அறியாமல், எவ்வளவு பயனுள்ள அறிவும் நமது உள்ளத்திலே குடி ஏறும். பொழுது போக்கு, வீணாகவும் கூடாது, விவேக சிந்தாமணி' பாடம் படிக்கும் பள்ளிக்கூடமுமாகி விடக்கூடாது--சிரமமோ, சிக்கலோ, இன்றி நமக்கு, அறிவானந்தம் தருவதாய் அமைய வேண்டும்.

பொதுமக்கள் மனதிலே கலைப்பண்பு ஊற்றெடுக்கும் வகையான பொழுது போக்குகள் திட்டமிட்டு, மிகமிகக் குறைந்த செலவிலே ஏற்படுத்தலாம் நகராட்சியினர். கண்காட்சிகள் இவ்விதமான முயற்சிகளிலே ஒன்று-- முயற்சி என்று மட்டுமே கூறமுடியும்--வெற்றி அல்ல--ஏனெனில் பெரும்பாலான அக்காட்சிகள் கடை வீதிகளாகவே காட்சி தருகின்றன. பயன் இல்லை--சில அக்காட்சிகளிலே, மிருக உணர்ச்சியும் சூதாட்ட உணர்ச்சியும் தூண்டும் முறைகளில் உள்ளன--தீமையே உண்டாகிறது. ஆனால் கண்காட்சி, பொழுது போக்குக்கு அரிய சாதனம்--அறிவானந்தம் பெறமுடியும்.

உலகத்தைத் திடுக்கிடச் செய்த மாவீரன் நெப்போலியனைப் பற்றிப் பெருமையாகப் பேசும்போது சொல்லுவார்கள் தூங்கவும் நேரம் இடையாது--களத்திலே, எங்கேனும் ஓர் இடத்திலே, குதிரைமீது அமர்ந்தபடியே கண்மூடிச் சில நிமிஷநேரம் தூங்குவான்--அவ்வளவுதான் முடியும்-- நெப்போலியனுக்கு அவ்வளவு வேலை? ஓயாத உழைப்பு-- என்று பெருமையாகக் கூறுவார்கள்.

உண்மைதான் தூங்கவும் நேரமின்றித்தான் போரில் ஈடுபட்டிருந்தான் அந்த மாவீரன். ஆனால் ஓய்வு கிடைக்கவில்லையே அழகான அருவிலே குளித்துவிட்டுச் சிங்காரச் சோலையிலே உலவி வேல்விழிமாது பாடிடும் தோன்மொழி சிந்துக் கேட்டுக் களித்திட, நமக்கு ஓய்வில்லையே, என்ன தொல்லையான வாழ்க்கை இது. ஓய்வு துளியுமில்லையே எப்போதும் உழைப்பு--என்ன சுகம் காண்கிறோம்--ஓய்வின்றி உழைக்கிறோம் என்று நெப்போலியன் மனம் நொந்துக் கொண்டானா? இல்லை.

களத்திலே கடும் போரிட்டபடி இருந்து வந்ததால் தூங்கவும் நேரம் கிடைக்காமல், ஓய்வு துளியுமின்றி இருந்து வந்து நெப்போலியனுடைய நிலையுடன், எல்பா தீவிலே,

கைதியாக்கப்பட்டு, ஒரு வேலையுமின்றி, இருபத்தி நான்கு மணிநேரமும் ஓய்வாக இருக்கும் வசதிபெற்ற நெப்போலியனுடைய நிலையை ஒப்பிட்டுப் பாருங்கள். களத்திலே ஓய்வு கிடையாது. ஆனால் அவன் கண்முன் வெற்றிக்கொடிகள். அவன் செவியில் வீரமுழக்கம்--மண்டலங்கள் அவன் காலடியில் மணிமுடிகளைச் செண்டுகளாக்கி விளையாடிக் கொண்டிருந்த வீரன். ஓய்வின்றி இருந்தபோது. ஓய்வு நாள் முழுவதும் வேலை துளியும்கிடையாது--எல்பா தீவில்--ஆனால் அந்தக் கைதி நெப்போலியனுக்கு. அந்த ஓய்வு இனிப்பையா தந்திருக்கும். அந்த ஓய்வு, அவனுக்கு, பெருமையோ, பூரிப்போ தந்ததா--தருமா--பிணத்தின் மீது தூவப்படும் மல்லிகை தானே அந்த ஓய்வு?

நம் நாட்டிலே, பெரும்பாலான மக்களுக்கு, இப்படிப் பட்ட ஓய்வு கிடைக்கிறது. எல்பா தீவுக்குத் துரத்தப் பட்ட நெப்போலியன்கள் இங்கு ஏராளம்--வாழ்க்கை களத்திலே தோற்றுவிடுபவர்களெல்லாம், எல்பா தீவுக்குத் துரத்தப்பட்ட நெப்போலியன்கள், அவர்கள் பெற்றிருப்பது ஓய்வு அல்ல--அவர்கள் இன்னமும் வாழ்வே பெறவில்லை.

மாளிகையிலே 'சோம்பேறிகள்' இருந்தால்--கண்டனம் பிறக்காது, கொடுத்துவைத்தவர், அவருக்கு என்ன நிம்மதியான வாழ்க்கை--என்று களியுரை தரப்படும். அவர் மான் வளர்ப்பார் பொழுது போக்குக்கு--மீன் வளர்ப்பார் அழகுக்கு--ஓய்வு அவருக்கு ஓராயிரம் சேட்டைகள் செய்ய இடந்தரும். புகழ்வர். நாள் முழுவதும் பாடுபட்டு பிழைக்கவேண்டிய ஓயாத உழைப்பாளியின் நிலை வேறு கடிகாரத்தைப் பார்த்து வேலை செய்து விட்டு, காலண்டரைப் பார்த்துச் சம்பளம் வாங்கும் பேனா ஓட்டும் நண்பர்கள். கிடைக்கும் ஓய்வை திரட்டக் கூடிய வசதியைப் பயன்படுத்திக் கொண்டு அறிவானந்த மான செயலுக்குப் பொழுது போக்குப் பயன்படுத்துகிறார்களா?

இயற்கை, தன் அழகை வாரி வீசுகிறது--கவனிப்பாரற்றுக் கிடக்கிறது--எழில்மிக்க விதவையைப்போல.

நீர் வீழ்ச்சி--சித்திரச்சோலை--ஆறு உற்பத்தியாகும் இடம்--மலை உச்சி--சந்தனக்காடு--சிந்து பாயும் சிற்றாறு--பறவை இனங்களின் பாட்டு மொழி--புள்ளிமான்கள் துள்ளியோடும் காட்சி--யானைக்கன்றை அழைத்துச் செல்லும் கனவு. தேசிங்குக்கோட்டை சேர்வராயன்மலை பார்த்ததுண்டா என்று கேளுங்கள். கோபம் பிறக்கும்--நான் என்ன சீமானா--சம்பளம் எனக்கு 150 சார்; நூற்று ஐம்பதுதான், உல்லாச யாத்திரை செய்யவேண்டும் என்று எதிர் பார்க்கிறீர் என்று கண்டித்துப் பேசுவார்.

ஆனால் மிகக் கஷ்டப்பட்டு நான்கு நாட்கள் லீவு பெற்றாலும் குழந்தைக்கு மொட்டையடிக்க திருப்பதிக்கோ. அம்மா சிரார்த்தத்துக்குக் காவிரிக்கோ, புத்திர சந்தான் நிமித்தம் ராமேஸ்வரமோ போயிருப்பர், அதற்குப் பணம் எப்படிக் கிடைத்தது என்று கேட்டாலோ கோபம் கொதித்து வரும். இலக்கியம் எப்படி வளரும்? கலை மணம் எங்கிருந்து கமழும்? ஓவியக்கலை எவ்வண்ணம் ஓங்க முடியும்? நல்லிசை எங்கிருந்து பிறக்கும் ? இயற்கை தரும். களிப்பைக் கண்டு மனதிலே கலையுணர்ச்சியைப் பெறாவிட்டால் வசதியுள்ள மிகமிகச் சிறு கட்டமும், ஓய்வு நேரத்தைத் தக்கபடி பயன்படுத்தி தருகிறது.

அலுத்துத் தூங்கும் அந்த ஆலைத் தொழிலாளி, காலையிலே எழுந்ததும், கதிரவனைக் கண்டு களித்திடும் கமலத்தைக் காணப் போவதுமில்லை. இரவு நிலவின் அழகினைக் களித்து விட்டுப் படுத்தவனுமல்ல--அதோ சற்று தொலைவாகப் படுத்திருக்கும் மாது--அவன் தர்ம பத்தினி அவளிடம் உதிர்ந்த கண்ணீரைத் தான் இரவு படுக்கும் போது பரிசாகம் பெற்றான். அந்தப் பரிசும் சுலபத்திலே அவனுக்குக் கிடைத்து

விடவில்லை. காலை முதல் ஆலையில் பாடுபட்டு அலுத்துப்போன கரத்துக்கு வேலை கொடுக்கி றோமோ என்ற எண்ணமுமின்றி அம்மையை அறைந்தான் முதுகில், கன்னத்தில்--தன் தலையிலும் அடித்துக்கொண்டான்--பிறகு தான் கண்ணீரைக் காணிக்கை யாக்கினாள், பத்தினி-- காலையிலே ஆலைச்சங்கு அலறுவதற்கு முன்பு அழுகுரல் இவன் காதைத் துலைக்கக் கூடும், இந்தத் தோழனிடம் ஓவ்வின் உயர்வைப் பற்றி பேசுவது ஓய்வை எப்படி பயன்படுத்துவது என்று கூறுவது, மாளிகையிலே திமிர்பிடித்து உலவும் நாய்,பணியாளைக் கடித்தது. கண்டு சீமான் இன்ன மருந்து சாப்பிட்டால் நல்லது; ஆபத்து இராது என்று பணியாளுக்கு யோசனை கூறுவது போன்றதாகும். உழைப்பாளியை உருக்குலையச் செய்யும் தொழில் முறையை மாற்றி, சக்திக்கேற்ற உழைப்பு' தேவைக்கேற்ற வசதி என்ற திட்டத்தை வெற்றியுடன் நடத்திக் காட்டினாலொழிய, ஓய்வு பற்றி ஆராய்ச்சி செய்வது அறிவையும், அலட்சிய சுபாவத்தையும் ஆதாரமாகக் கொண்டு நடத்தும் நாகரிக உலகத்து நயவஞ்சக நாடகம் என்றே சொல்ல வேண்டும்.

நாடகத்திலே மறுமலர்ச்சி

நாட்டிலே இதுபோல பல்வேறு துறைகளிலேயும் மறுமலர்ச்சி ஏற்பட்டுக் கொண்டிருக்கிறது. புதியதோர் நிலைக்கு நாடு தள்ளாடித் தள்ளாடி, ஆனால் நிச்சயமாக சென்று கொண்டிருக்கிறது. புதிய நிலையை அடைந்தால் நம் நாடு, உலகிலே முன்னனியில் உள்ள நாடுகளிலே ஒன்றாக முடியும் என்ற நம்பிக்கைக் கொண்டவர்கள், இந்தத் திருப்பணியில் ஈடு பட்டிருக்கிறார்கள். இன்று எந்தத் துறையைக் கவனித்தாலும் குமுறலும் கொந்தளிப்பும் தெரிகிறது--அச்சம் சிலருக்கு, சந்தேகம் பலருக்கு, மிகமிகச் சிறுபான்மையினருக்கு மட்டுமே தெரிகிறது புதிதாக ஓர் நிலை நாட்டுக்கு உருவாகிக்கொண்டு வருகிற உண்மை. வெடித்துக் கிடக்கும் வயல், படர்ந்து போகும் நிலையில் உள்ள விளக்கு, பட்டுக் கொண்டே வரும் நிலையில் உள்ள மரம் உலர்ந்துகொண்டு வரும் கொடி, வற்றிக் கொண்டிருக்கும் குளம் -- இவைபோல, சமுதாயத்தில் நிலையும் நினைப்பும் நடவடிக்கையும் ஆகிவிடும்போது, இந்த அவல நிலையைப் போக்கியாக வேண்டுமென்ற ஆர்வமும் போக்க முடியும் என்ற நம்பிக்கையும் போக்கக் கூடிய அறிவாற்றலுங் கொண்ட ஒரு சிலர் முன் வருகிறார்கள் அறிவுப்பண்ணைக்குப் பணியாற்ற அவர்களை நாடு வரவேற்பதில்லை நையாண்டி செய்யும்! மதிப்பளிப்பதில்லை--மாச்சரியத்தை வாரி வீசும் துணை புரிவதில்லை; தொல்லை தரும்! எனினும், அந்த ஒரு சிலர் ஓயாது உழைத்து; சலிப்பு, கோபம், வெறுப்பு, பகை என்னும் உணர்ச்சிகளுக்குப் பலியாகி விடாமல் புன்னகையும் பெருமூச்சும் கலந்த நிலையில் பணி புரிந்து, பட்ட மரம் துளிர் விடும் வரை, படர்ந்து போக இருந்த விளக்கு மீண்டும் ஒளி விடும்வரையில் பாடுபட்டு, வெற்றி கண்டு மறுமலர்ச்சியை உண்டாக்கி வைக்கிறார்கள்.

உள்ளது சரியில்லை, போதுமானதாக இல்லை, அல்லது பயனில்லை, என்று தோண்றும்போது, உள்ளதைத் திருத்து கிறோம், புதுப்பிக்கிறோம், பயனுள்ள தாக்குகிறோம். இந்த சமுதாயம் திருத்தி அமைக்கக்கூடிய, திருத்தி அமைத்தால் பண்பும் பயனும் தரக்கூடிய நிலையில் தான் இருக்கிறது.

சுக்கு நூறாகி விட்டகலம், கடலடி சென்று, ஆண்டு பல ஆன பிறகும், விஞ்ஞானக் கருவிகள் மூலம் கடலடி சென்று, கலத்தின் பகுதிகளையும், அதிலிருந்த பொருள்களையும் எடுத்து வரும் பெரு முயர்ச்சியில், மேலை நாட்டவர் வெற்றிகரமாக ஈடு படுகிறார்கள் என்றால் ஒரு காலத்தில் உன்னதமான நிலைமையில் வாழ்ந்து, உலகிலே உயரிடம் பெற்று திகழ்ந்து, இடைக்காலத்திலே எத்தரின் பிடியிலே சிக்கியதால் சீரழிந்த நாட்டையும், சமுதாயத்தையும் புதுப்பிப்பது ஏன் சாத்யமாகாது? இந்தத் தளராத நம்பிக்கைத் தான் மறுமலர்ச்சி இயக்கத்திலே பணி புரிபவர்களுக்கு உள்ள பெரியதோர் துணை.

கடந்த பத்தாண்டுகளிலே, நாடகத் துறையிலே ஏற்பட்டிருக்கும் மறுமலர்ச்சியைக் கூர்ந்து கவனித்தால் மறுமலர்ச்சி இயக்கத்தின் வேகமும் வெற்றியும் விளக்கமும் தெரியும்.

நாடகம்:--இன்று நள்ளிரவுச் சத்தமல்ல--நடையாலும் உடையாலும், விழியாலும் மொழியாலும், அரைத்தூக்கத்திலிருப்பவர்களுக்கு ஆனந்தம் தர முயற்சிக்கும், வெறும் ஆடல் பாடல் அல்ல! நாடகம், இன்று நாட்டுக்கு ஒரு நல்லரசனாக முன் வந்திருக்கிறது--துணிவுடன்

'ரிஸ்ட்வாச்' கட்டிய கரத்துடன் அசோக வனத்திலே அழுது கொண்டிருக்கும் சீதையை, போலோ காலர் சர்ட்டும். பொன் முலாம் பூசிய பல்லும், பாலிஸ் போட்டஸ்லிப்பரும் தங்க நிற

பிரேம் போட்ட மூக்குக் கண்ணாடியும் தரித்துக் கொண்டு வரும் கோவலனையும், ஓரடி பாடிடும் அனுமானையும் இன்று நாடக மேடைகளிலே அநேகமாகப் பார்க்க முடியாது-- ஏராளமான பொருட் செலவில் ஒருவரிருவர், இந்தப் பழங்கால சின்னங்களை பாதுகாத்துக் கொண்டு வருகிறார்கள்--பொதுவாகப் பத்தாண்டுகளுக்கு முன்பு பார்த்த இந்த நாடகக் காட்சிகளை இன்று பார்க்க முடிவதில்லை. இன்று நாடக மேடையிலே மனிதனைக் காண முடிகிறது, பல கோணங்களில் பல நிலைமைகளில் இந்த மகத்தான மாறுதல், நாடக உலகிலே மட்டுமல்ல, அதன் மூலம் நாட்டு மக்களிடையே பெரியதோர் மன மாறுதலை உண்டாக்கி விட்டது.

இயல், இசை, நாடகம், மக்கட்கு அறிவு வளர ஆர்வமூட்ட அகமகிழ்ச்சி பிறக்க, நன்னெறியைக் காட்டப் பயன்பட வேண்டும்.

அதிலும், நாடக மூலம், இந்தப் பலன்களை எளிதில் அடைய முடியும்--இயலிலும், இசையிலும் கருத்துரைகளைக் கேட்க மட்டுமே முடியும். நாடகத்திலேயோ, கருத்துரையைக் கேட்பது[illegible]ன் கருத்து விளக்கக் காட்சிகளைக் காணவும் முடிகிறது. எனவே, நாடக மூலம், மனதை அதிகமான அளவுக்கு வசப்படுத்த முடிகிறது. நல்ல நடிகன், நாடகத்தைக் காண்பவர்களிடம், தான் விரும்பும் உணர்ச்சியை அந்த நேரத்திலே ஊட்டிவிட முடிகிறது. மின்சாரம் பாய்ச்சப்பட்ட கம்பிகள் போல நல்ல நடிகனின் திறமை நாடகத்தைக் காண்பவர்களை உணர்ச்சி வயத்தவராக்கி விடுகிறது. எனவே, நாடகத் துறைக்கு உள்ள, வசப்படுத்தும் சக்தி அதிகம். அதிலும், சராசரி அறிவுள்ளவர்களுக்கும், அதாவது இயலை அறியவும் இசையை நுகரவும் தேவைப்படும் அளவுக்கும் குறைந்த அளவு அறிவுபடைத்த சராசரி மனிதருக்கும், நாடகம் புரியும் கருத்துக்களைப் புரியவைக்கும்; உணர்ச்சிகளைத்

தூண்டிவிடும்; செயலுக்கும் தயாராக்கி வைக்கும். அவ்வளவு திறமை கொண்டது நாடகத் துறை.

அறிவு வளர, ஆர்வம் பிறக்க, மகிழ்ச்சி தோன்ற, மக்களை நன்னெறியிலே புகவைக்க, நற்பண்புகள் உள்ளத்திலே குடிபுக-- இப்படிப்பட்ட நற்காரியங்களுக்கு, முத்தமிழ் அதிலும் முக்கியமாக நாடகம், பயன்படல் வேண்டும். என்பது அடிப்படை உண்மை; இதைக் காலம் மாற்றது. மாற்றினால், சீர்கேடுதான் விளைவு--எனவே, இந்த அடிப்படை உண்மைகளை அல்ல, மறுமலர்ச்சி இயக்கம் கூடாது என்று கூறுவது. மறுமலர்ச்சி என்பது மாண்புகளை மாய்த்திடும் நஞ்சு அல்ல--மாண்புகளை மாய்க்கும் நச்சுப் பூச்சிகளை அழித்திடும் முறை!

அறிவு வளர்ச்சிக்கு நாடகம் பயன்படவேண்டும். இதை மறுமலர்ச்சி இயக்கம் மறுக்கவில்லை--அறிவு வளர வேண்டும் என்பது சரி--ஆனால் எத்தகை அறிவு? என்ற கேள்வியைக் கேட்கிறது, மறுமலர்ச்சி இயக்கம்! லோகம் மாயை காயம் என்பது அநித்தியம்--இது ஒருவித அறிவு தான்! சேலைகட்டிய மாதரை நம்பாதே!--இதுகூட ஒருவகையான அறிவுதான். ரெண்டு பிள்ளைகள் இரவல்; உன்னைப் பெற்றெடுத்த தாய்மாரும் இரவல். இதுவும் அறிவிலே ஒருவகை தான்! நாடக மேடை மூலம் எத்தகைய அறிவு பெறுவது! கீழே ஏழு, மேலே ஏழு எனப் பதினான்கு லோகங்கள் கொண்டது பழங்கால பூகோள அறிவு! இதையா, நாடகம் தரவேண்டும், அட்லாஸ் பிரசுரமான பிறகும்! தேரை ஓட்டிக்கொண்டு வரும் சூரிய பகவானையா நாடக மேடையில் காண்பது. விஞ்ஞான வகுப்பிலே சூரியனைப் பற்றிய பாடம் கேட்ட பிறகும், அறிவு தேவைதான்! அறிவு வளரச் செய்வது; நாடக நோக்கத்திலே ஒன்றுதான்-- மறுமலர்ச்சி இயக்கத்தினர் இதை மறக்கவில்லை. ஆனால், நாடகத்தை அறிவு வளர்ச்சிக்குப் பயன்படுத்தும் போது, எவ்விதமான அறிவு இப்போது மக்களுக்குத் தேவை

என்பதைக் கண்டறிந்து, அவ்விதமான அறிவு கிடைக்கும் விதமான கருத்துரைக்கும், காட்சி அமைப்புக்களும் கொண்ட நாடகங்களை நடத்தவேண்டும் என்று கூறுகின்றனர்.

மறுமலர்ச்சிக்கான முயற்சி துவக்கப்படு முன்பு வரை நாடக மூலம்; நாட்டவர் மனதிலே புகுத்தப்பட்ட கருத்துகள் பலதிறப்பட்டன என்ற போதிலும், அவைகளை எல்லாம் பிரித்துத் தொகுத்து, ஜலித்து எடுத்தால், மூன்று முக்கியமான கருத்துக்களையே தந்திருக்கின்றன என்பதை அறியலாம்.

அதாவது; விதி; மேல் உலக வாழ்வு; குலத்துக்கோர் நீதி; மக்களின் வாழ்வுக்கும் தாழ்வுக்கும், சந்தோஷத்துக்கும் சஞ்சலத்துக்கும், பிறப்புக்கும் இறப்புக்கும், செல்வ வாழ்வுக்கும் வறுமையால் செல்லரித்துப்போன வாழ்வுக் கும், மாடமாளிகையிலே கூத்தாடும் களிப்புக்கும் குடிசையிலே கொட்டும் வாட்டத்துக்கும்--எதற்கும் நாடகமேடை (கதை, காட்சி மூலம்) எடுத்துரைத்த காரணம் என்ன விதி: யாரை விட்டதுகாண் விதிவசம், எவரை விட்டது காண்: பாடுவார் நடிகர் ராமச்சந்திரர், மர உரிமைத்தரித்து வேடத்தில் சீதாபிராட்டியரிடம். எதிரே இருந்து காட்சியைப் பார்ப்பவன், மில்லிலே மார்புடையப் பாடுபட்டுவிட்டு, மாகாளி கோயில் குங்குமத்தை நெற்றியிலே அப்பிக்கொண்டுள்ள அரைவயிற்றுக்கு ஆலாய்ப் பதிக்கும் ஆலைத் தொழிலாளி.

நெற்றி வியர்வை நிலத்தில் சிந்த உழைத்தும், கையே தலையணையாய், கட்டாந்தரையே படுக்கையாய், காய்ந்த வயிரே தோழனாய்க் கொண்டு கஷ்டப்படும் பாட்டாளி முன்பு, விறகுவெட்டி வேதனைப்பட்ட சத்தியவான், ராஜ்யமிழந்து சுடலைகாத்த அரிச்சந்திரன், பெற்ற குழந்தைகளைக் கிணற்றில் தள்ளிய நல்லதங்காள் இவர்களைக் காட்டி, எத்தகைய அறிவை வளர்க்க முடியும்! விதி--விதி என்று அவனை விம்ம வைக்கத்தானே முடியும்.

இந்தத் தேன் கடிக்குப் பிறகு, ஒரு தேன் சொட்டு அவனுக்கு-- அதாவது மேல் உலகக் காட்சி--அங்கு கற்பக விருட்சம், காமதேனு! இந்த 'அறிவு' அல்ல இன்று தேவைப்படுவது! அது போலவே, வெற்றி வீரனான மன்னன், குலகுருமுன் மண்டியிடும் காட்சி, நடத்திக் காட்டப்படும்; என்ன அதன் பொருள்?

பதினைந் தாண்டுகளுக்கு முன்பு, நாடக மேடை ராஜ தர்பாரே ஜாதி முறை போதனை விளக்கமாகத்தான் இருக்கும்!

ஆலயங்களிலே அந்தணர்கள் பூஜைகளைச் செய்து
வருகிறார்களா?
ஆமாம், அரசே! ஆறுகால பூசையும் நடந்து
வருகிறது!
வைசியர்கள் செல்வ விருத்திக்கான காரியத்திலே
ஈடுபட்டுக் கொண்டிருக்கிறார்களா?

ஆமாம், அரசே! வைசியர்கள் வியாபாராதி காரியங்
களிலே ஈடுபட்டு வருகிறார்கள்!
சூத்திரர்கள், தங்கள் கடமையைச் செய்து
வருகிறார்களா?
ஆமாம், அரசே!

இதுதான் 'தர்பார்' பேச்சு! அரசனை ஆசீர்வதிக்கும் குரு, மனுநீதி தவறாது அரசாளும்படி தான், மன்னனுக்கு உபதேசம் செய்வார் !

இது, மனுவை மறுக்கும் காலமட்டுமல்ல. மன்னர்களை வீட்டுக்கனுப்பிய காலம்.

நாடக மேடை மாற வேண்டாமா, இதற்கு ஏற்றபடி! அதுதான் மறுமலர்ச்சி.

விதி, மேலுலகம், குலத்துக்கொரு நீதி, என்னும் மூன்று கருத்துக்களை உள்ளடக்கியே நாடகங்கள் அமைவது வாடிக்கை--இடையிடையே பத்தினியின் துயரம், அதைப் பகவான் துடைப்பது--அடியாருக்குச் சோதனை கடைசியில் ஐயன் காட்சிதருவது, இவை இருக்கும்.

மறுமலர்ச்சி இயக்கத்தினர் நாடகமேடை மூலம் தரப்பட்டுவந்த இந்த கருத்துக்கள், இன்று தேவையற்றன, தீமை பயப்பன, நீதியற்றன, நேர்மையற்றன, சமுதாயப் பொது நலனுக்கு ஊறுதருவன என்று கண்டறிந்து, புதிய எண்ணங்களை, புது உலகுக்குத் தேவையான எண்ணங்களைக் கொண்ட கருத்துகளை, நாடகமேடைகள் தரவேண்டும் என்று கூறினர்--குறிப்பிடத்தக்க வெற்றியும் பெற்றுள்ளனர்.

இந்தப் பதினைந்து ஆண்டுகளின் நாடக உலக வரலாற்றை ஆராய்ந்து பார்ப்பவர்களுக்கு, ஒரு அதிசயமான உண்மை புலனாகும். இந்தப் பதினைந்து ஆண்டுகளில், புதிதாக அரங்கேற்றப்பட்ட புராண நாடகங்கள் ஒன்று அல்லது இரண்டுக்கு மேல் இல்லை. புராணங்கள் இல்லாததால் அல்ல. ஏடுகளிலே புராணக் கதைகள் இரண்டு தலைமுறைகளுக்குத் தேவையான அளவு உள்ளன எனினும், நாடக மேடைகளிலே வரவில்லை. மாறாக மனிதன், இன்ஸ்பெக்டர், வேலைக்காரி, வேலைக்காரன், வாழமுடியாத வர்கள், முள்ளில் ரோஜா, மணமகன், கைதி, அந்தமான் கைதி, எதிர்பாராதது, பலிபீடம், தொழிலாளி, சிறைச்சாலை, மறுமணம் இப்படிப் புதிய புதிய நாடகங்கள் எல்லாம், மனித இயல்புகளை நிலைமைகளைப் படம் பிடித்துக்காட்டும் புதுமை நாடகங்களாக நடத்தப் படுகின்றன!
பத்தாண்டுகளுக்கு முன்பு, பத்தினிப் பெண்ணின் பண்பை விளக்க, அவள் மாண்டு போக வேண்டும், நாடகத்தில்--

இப்போது தவறி விட்டாள் ஒருத்தி என்றால், ஏன் என்று அனுதாபத்துடன் ஆராய்கிறான் கணவன் நாடகத்தில்!--நான் குறிப்பிடுவது ஒன்று புராணம், மற்றொன்று சமூக நாடகம் கூட அல்ல, இரண்டும் சமூக நாடகங்களே. இரண்டும் ஒரே நாடகக் கம்பெனியாருடைய நாடகங்கள்! பத்தாண்டுகளுக்கு முன்பு, பத்தினிப்பெண் மாள்கிற முறையிலே கதை அமைத்தால் தான் முடியும் நாடகம் நடத்த--அதற்குமேல் ஜீரணமாகாது! எனக்கு நன்றாகக் கவனமிருக்கிறது, அந்தக் கதையைப் பற்றி. நடிக நண்பருடன் பேசிக் கொண்டிருந்தது--ஏன் அந்தப் பெண் இறந்து பட வேண்டும்--வாழட்டுமே, வாழ்ந்து காதலை மதிக்கத் தெரியாத கயவனுக்குப் புத்தி புகட்டட்டுமே, அதுபோலக் கதை இருந்தால் என்ன என்று கூறினேன்--நாடு ஏற்குமா, ஏற்காதா என்பதல்ல பிரச்சினை அவரே அதை ஏற்கத் துணியவில்லை. பத்தாண்டுகளுக்குப் பிறகு அதே கம்பெனியில் சூழ்நிலையால் தாக்கப்பட்ட தையலின் துயரக் கதையை நடத்திக் காட்டும் வாய்ப்புக் கிடைத்தது. இப்போது சாவு அல்ல--மன்னிப்பு--அதுவும் கணவனால்--அதிலும் அவன் தேவன் என்பதால் அல்ல--மனிதன் ஆகையால்!

இவ்வளவு மகத்தான மாறுதல் நாடக மேடையில்.

தவறிவிடும் மனைவி, துரோகமிழைக்கும் நண்பன் இப்படிப் பட்டவர்களுக்கெல்லாம் மன்னிப்புத் தருவது தான் மறுமலர்ச்சி என்று நான் கூறுவதாகக் கருதி விட வேண்டாம். அப்படிப்பட்ட மனிதர்களை-- குடும்ப நிகழ்ச்சிகளைக் காட்டி, சமுதாயச் சூழ்நிலையை விளக்கும் நாடகங்கள் இன்று நாட்டிலே நடத்தப் பட்டு பொதுமக்களின் பேராதரவைப் பெறுகின்றன என்றால், அதன் பொருள் என்ன என்று சிந்திக்குப்படி கேட்டுக் கொள்கிறேன். நாடக மேடையிலே மனிதனைக் காண விரும்புகிறார்கள். மகேசன் மகரிசி மன்னன் மந்திரவாதி அவதாரங்கள், அடியார்கள் இவர்களைக் கண்டு கண்டு, கண்களுக்கும் கருத்துக்கும் சலிப்பு மிகுந்து

விட்டது. அந்தக் கதைகளிலே உள்ள கருத்துக்கள் சில புளித்து விட்டன; சில பொய்த்துப்போய் விட்டன. வேறு சில உலக மன்றத்திலே கேலிக்குரியனவாக்கப்பட்டு விட்டன; பெரும்பாலானவை நடைமுறைக்கு ஏற்றனவாக இல்லை. வாழ்க்கைப் பிரச்சினைக்கு விளக்கம் தருவதாகவோ, வாழ்க்கைச் சிக்கல்களைப் போக்கக் கூடியதாகவோ இல்லை. இப்போது தன்னைப் போன்ற மனிதன் எந்தெந்தச் சூழ் நிலையில் எப்படி எப்படி ஆகிறான்; என்னென்ன செய்கிறான் எதை எதை எண்ணுகிறான் என்று காண விரும்புகிறார்கள்.

எலும்பைப் பெண்ணுருவாகக் கண்ட கண்கள் இப்போது பெண் எலும்புரு ஆகும் அளவுக்குக் குடும்பத்திலே ஏற்படும் கொடுமைகளைக் காண விரும்புகின்றனர்! கண் இழந்தவனைக் காண விரும்புகிறார்கள்; நண்பனுக்காக, குடும்பத்துக்காக, நாட்டுக்காக வறுமையால், கொடியவர் செயலால், இப்படி ஏதேனும் ஒன்றினால் கண்ணிழந்தவன் இருக்கிறானே அவனுடைய கதையைக் காண விரும்புகிறார்கள். உழைத்து உருக்குலைபவன் உழைக்காமல் வாழும் வழி கற்றவன். மேட்டுக்குடி வாழ்வு காட்டு ராஜா முறை வேட்டையாடப்படும் மனிதன். விருப்பம் வெதும்பியதால் நொந்து போனவன், வாழ்க்கை வெற்றிக்காக எதையும் செய்பவன், இப்படிப் பலபேரைக் காண விரும்புகிறார்கள். தந்தை மகன் உறவு, அண்ணன் தம்பி உறவு இந்த உறவுக்கு வரும் ஊறுகள், அதற்கான காரணங்கள் இவைகளைக் காண விரும்புகிறார்கள். ஒருவன் ஏன் நல்லவனாக இருந்தவன் கெட்டவனாகி விடுகிறான், என்ற சூழ்நிலை விளக்கத்தைக் காண விரும்புகிறார்கள். இவற்றுடன், எல்லோரும் இன்புற்று வாழ, ஒருவரை ஒருவர் சுரண்டாமல் வாழ மனிதன் மிருகமாகாமலிருக்க, என்ன வழி என்பதை அறிய விரும்புகிறார்கள்.

இந்தச் சமுதாயம் கலனான கட்டடம் என்பதை மறுப்பவர் இல்லை புதுப்பிக்க வேண்டும் என்று பேசாத அறிவாளர்கள் இல்லை எனினும்; சமுதாய நிலைமைகளை, ஜாதி உயர்வு தாழ்வுகளை. அதனால் நிகழும் விபரீதங்களை விளக்கும் நாடகங்களை, ஜாதித்துவேஷ, வகுப்புத்துவேஷ மூட்டுகின்றன என்று கூறி ஒரு மூட நம்பிக்கையினால் விளையும் கேடுகளையும், புரட்டர்களால் பாமரர் அடையும் அவதிகளையும் விளக்கி புத்தறிவு பரப்புவதற்காக நாடகங்கள் நடத்தினால் அவை மூலம் நாத்தீகம் பரவுகிறது என்று சொல்லவும், பயங்கரமான பொருளாதார பேதத்தால், சமுதாய அடிப்படையிலே பிளவு ஏற்படுகிறது. வாழ்வு என்பது அனைவருக்கும் உள்ள உரிமை. இதைப் பறிக்கும் முறையில் உள்ள அமைப்புக்கள் அழிக்கப்பட வேண்டியன என்பதை விளக்கும் நாடகம் நடத்தினால் இது பொது உடைமைப் பூதத்துக்குச் செய்யும் பூஜை என்று கூறவும் இந்த நாட்டிலே, இந்தநாளிலே சிலர் இருக்கத்தான் செய்கிறார்கள். அவர்களின் மூலம், நாடகத்துறை மறுமலர்ச்சிக்குக் குந்தகம் ஏற்படுகிறது.

வகுப்புவாதம், நாத்தீகம், பொதுவுடமைப், புரட்சி இவை நாடக மூலம் புகுத்தப்பட்டுவிடும் என்று பயப்படுவது அறியாமை. உண்மையாகவே அந்தப் பயம் மறுமலச்சி இயக்கத்தின் எதிரிகளுக்கு இருக்குமானால், வகுப்பு அநீதிகளும், வகுப்பு பேதங்களும் நிச்சயம் ஒழியும்; கள்ளிகாளான் அழியும்; நஷ்டமா அது? மூடத்தனம் முறியடிக்கப்படும் மூலமா அதனால் முறிந்து போகும்! எல்லோரும் இன்பம் எய்திடும் வழி கிடைக்கும். பொருளாதாரத் துறையில் இது போற்றத் தக்கதுதானே! இந்த விளக்கமும் நெஞ்சு உரமும் கொண்டு, நாடகத்துறையில் உருவாகிக் கொண்டிருக்கும் மறுமலர்ச்சியை ஆதரித்து ஊக்கமளிக்க வேண்டும் ஊராள்பவர்கள். கருத்திலே தெளிவற்றவர்கள் கலக மூட்டுவது போல, நாடகத்துறையிலே பூத்துள்ள மறுமலர்ச்சி, ஒழுக்கக்கேட்டை உண்டாக்காது. ஒழுக்கம் என்பது எது என்பதை விளக்கமாக்கிவிட்டு,

ஒழுக்கத்தை வளர்த்துச் செல்லும், நீதி நேர்மையை அழிக்காது நீதி எது என்று கண்டறிந்து நிலை நாட்டும்!

ஜவஹர் சொன்னார், சென்ற திங்கள், பெங்களூரில். வில் அம்பு வைத்துக் கொண்டு பழங்காலத்திலே சண்டை செய்தார்கள் என்பதற்காக இன்று ராணுவத்துக்கு அந்த ஆயுதமா தர முடியும்! அல்லது தான் பழங்காலத்தின் படி பெங்களூரிலிருந்து டெல்லிக்கு மாட்டு வண்டியிலா பயணம் செய்ய முடியும்! இப்படி யாரும் யோசனை கூற மாட்டார்கள். ஆனால் சமுதாய சம்பந்தமான பிரச்சினைகளிலே நம்மவர் பலருக்கு, மாட்டு வண்டிக் கால மனப்பான்மை இன்றும் இருக்கிறது என்று சொன்னார் சோகத்துடன்.

இருபதாம் நூற்றாண்டு வாழ்க்கை வசதிகள் அவ்வளவையும் ஒன்று விடாமல் அனுபவிக்கிறோம். சமுதாய அமைப்பு, விக்கிரமாதித்யன் காலத்ததாக இருப்பது பொருந்துமா! ஆட்டுக் குட்டியை ஏற்றிச் செல்லவா ஆகாய விமானம்!

சமுதாயத்திலே புதிய துறைகள். அதன் அமைப்பிலே புதியதோர் மாற்றம் தேவை. அந்தப் புதிய உருவத்தை உருவாக்கும் உயரிய பணிதான் மறுமலர்ச்சி. அதன் அவசியத்தை மிகப் பெரும்பாலான மக்களுக்கு உணர்த்துவிக்க நாடகமே. நல்ல கருவி. எனவே நாடகத்தில் மறுமலர்ச்சி மிக மிக முக்கியமானது, நாட்டின் விழிப்புக்கு அது நல்லதோர் அளவுகோல், நாளை நாம் எப்படி இருப்போம் என்பதற்கு அதுவே அறிகுறியாகும்.

சுதந்தர இந்தியாவில் வாலிபர் தேவை

வாலிபர்கள் உரிமைப் போர்ப்படையில் ஈட்டி முனைகள். அவர் தம் உள்ளத்தில் புரட்சிப் புயலிருக்கும். வாழ்க்கை எனும் பொய்கையிலே, விசாரம் என்னும் நஞ்சு கலக்கப்படாத பருவம். பகுத்தறிவு எனும் பகலவன், ஏறிபட்டு விஷப் பூச்சிகள் போன்ற சுயநல சுகக் கருத்துக்கள் அழிக்கப்பட்டிருக்கும்; தூய்மையாண அந்த வாலிப உள்ளங்களில்.

சந்தனக் காட்டைக் கடந்து மணமும் குளிர்ச்சியும் மருவி மக்களை மகிழ்விக்க வருகிறதே தென்றல், அது போன்றது வாலிபம்.

மாயா வாதமும், மனமருட்சியும் வாலிபர்களிடம் நெருங்க நடுங்கும். வெட்டிப் பேச்சைத் தட்டி நடக்கும் தீரன் வீணரின் கொட்டத்தை அடக்கியாக வேண்டும் என்ற வீரம், ஆபத்துக்களைப் பொருட்படுத்தாமல் அநீதியைக்கண்டால் கொதித்தெழுந்து தாக்கும் பண்பு, வாலிபர்களிடயே மிகுந்திருக்கும். முடியுமா? காலம் சரியா? போதுமான பலம் இருக்கிறதா? நாளைவரை பொறுத்திருக்கக் கூடாதா? என்பனபோன்ற பேச்சுக்கள் வாலிபர்களுக்கு இனிப்பாக இரா. கேட்டாயோ இந்தக் கொடுமையை? சும்மா இருப்பதோ? நாம் என்ன சோரணையற்றவர்களோ? புறப்படு, போரிடு, அநீதி ஒழியுமட்டும் அல்லது நாம் ஒழியும்வரை போர். இந்தப் பேச்சுத்தான் வாலிபர் செவி ஏறும், வாலிபர்கள் நடமாடும் எஃகுக் கம்பிகள், அகத்திலே அருவிப்போல் ஆர்வம் முகத்திலே வீரக்களை. செயலிலே துடிதுடிப்புக் காணப்படும். தலை குணிந்து நிற்பது பெருமூச்செறிவது, நம்மால் காரியமா என்று இழுத்துப் பேசுவது, ஆகிய முறைகள் அவர்களுக்குப் பிடிக்காதன, அவர்கள் செயலாற்றும் வீரர்கள்.

வாலிபர் தமது போர்த்திறனோடு மட்டும் திருப்திப் படுபவரல்லர். இலட்சியங்கள் கொண்டவர். உலகிலே பல்வேறு நாடுகளில நலனும் நாகரிகமும் ஓங்கி, கல்வியும், தொழிலும் மிகுந்து மக்கள் இன்பமாக வாழ்கிறார்கள் என்று ஏடுகளிலே படித்தறிந்த வாலிபர்கள் தமது தாய் நாட்டிலே அடிமைத்தனமும் அறியாமையும் நெளியக் கண்டால் கொதிப்படைவார்களல்லவா? உலகெங்கும் கல்வியும் தொழிலும் வளரும்போது, இங்கு *100*-க்கு *80*-பேருக்குமேல் படிப்பற்று இருக்கக் கண்டால் ஆத்திரம் வரத்தானே செய்யும். உரிமைக்காகப் போராடிய உத்தமர்கள், அக்கிரமங்களை அழிக்க அனைத்தையும் அர்ப்பணித்த தியாகிகள், மக்கள் வாழ உழைத்த மாவீரர்கள், ஆகியோர் பற்றிய வரலாறு படித்தறிந்த அவர்கள் சிந்தனையிலே, நம்மாலாவதென்ன பராபரமே, என்ற பஜனைப் போக்கு ஏற்படமுடியாதல்லவா? ஆகவேதான் வாலிபர்கள் விறுவிறுப்புடன் காணப்படுகின்றனர்.

என் நாடு பொன்னாடு; எங்கும் இதற்கு இல்லை ஈடு என்று மார்தட்டுகிறான் வாலிப வீரன். நாட்டின் நிலை உரை வேண்டும்; வளம் பெருகவேண்டும்; செல்வம் வளர வேண்டும்; தொழில் செழிக்க வேண்டும், ஒருவர் ஒருவரை அடக்குவது; சுறண்டுவது; மேல் கீழ் என்று பேதம் காட்டுவது. விசாரத்தோடு விண்ணை அண்ணாந்து பார்ப்பது: வாழ்வாவது மாயம்; மண்ணாவது திண்ணம் என்று வேதாந்தம் பேசுவது; பிறவாவரம் தாரும் என்று சலிப்புச் சிந்து பாடுவது ஆகிய போக்கு முறையும் மாறி "எல்லோரும் இந்நாட்டு மன்னர்' என்ற பாரதியார் சொன்னபடி அளைவரும் உரிமையுடன் உவகையுடன் வாழ வேண்டும். நாடு பூந்தோட்டமாக விளங்கி, நானிலத்தோர் கண்டு புகழும் நிலை அடைதல் வேண்டும் என்பது வாலிபர்களின் இன்பக் கனவு.

சுதந்திரம்--விடுதலை--என்றால், சட்ட சம்பந்தமான சொற்களின் மாற்றம் என்றல்ல வாலிபன் எண்ணுவது புதிய நிலை--புது அழகு--புது உருவம் புதிய மகிழ்ச்சி, நாடு புதுக்கோலம் கொள்வது என்றே கருதுகிறான் உண்மையும் அதுதான்.

"ஏன் இவ்வளவு வறுமை?"--கேள்வி.

"என்ன செய்யலாம்: அடிமை நாட்டில் இருக்கிறோம்" இதுதான் பதில்.

"ஏன் தற்குறித்தனம் தலைவிரித்தாடுகிறது?"

"அடிமைத்தனம், அன்னியராட்சி"

தொழில் வளராத காரணம்?--கேள்வி.

கூட்டிலிட்ட பறவை, பறக்குமா?--பதில்

இங்ஙனம் நாட்டிலே காணப்படும் நானாவிதமான கோணல்களுக்கும் ஒரே காரணத்தைக் காட்டி, இவ்வளவும் போக ஒரே ஒரு மருந்து உண்டு. அதுவே சுதந்தரம் என்று பன்னிப் பன்னிக் கூறப்பட்டது. வாலிபர்கள் சொக்கினர்; அந்த இன்பத்தை எண்ணி உழைத்தனர் இன்பம் காண்-- ஊராருக்கும். உரைத்தனர் சுதந்திர இந்தியாவிலே,

சுகம் பிறக்கும்;
அறிவு வளரும்;
ஆளடிமையாதல் ஒழியும்;
செல்வம் கொழிக்கும்;

என்றெல்லாம்.

இத்தகைய சித்திரம், சுதந்திர இந்தியா என்பதறிந்து வாலிபர்கள், அதனைத் தீட்டத் தயாராக வேண்டும்.

சுதந்திரமடைந்து நாடு, நெடுங்காலத்துக்கு முன்பு, ஏதேதோ வர்ணங்கள் கொண்டு தீட்டப்பட்டு, காலத்தால் மங்கி, உருவம் அழிந்து, வர்ணங்கள் குழைத்தும் கலைந்தும் போய், அவ்வப்போது திருத்தப்பட்டவைகளும் தேய்ந்துபோன திரைபோலிருக்கும். துவக்கத்தில் நாலாந்தர ஐந்தாந்தர நாடகக் கம்பெனிகளிலே காணலாம். அதுபோன்ற திரைகளை.

நெடுங்காலம் அடிமைப் பிடியிலிருந்து விடுபட்டுச் சுதந்தரம் அடைந்த எந்த நாடும், அந்தத் திரைப்போலத் தான் இருக்கும். அது போதும் என்று திருப்திப்பட்டால் பயனில்லை. அங்கு கொஞ்சம் இங்கு கொஞ்சம் திருத்துவோம் என்றாலும் பயனில்லை நாலாந்தர நாடகக் கம்பெனி கதிதான். புகழ் பூஜ்யம்; வருவாயும் கிடைக்காது. திரையைத் தீட்டியவர், வர்ணஜால வரப்பிரசாதர் ஆயிற்றே அப்படிப்பட்டவர் தீட்டியதை அழித்தெழுதும் யோக்கியதை [illegible]னுக்கு உண்டா, என்று உபகாரம் பேசிப் பயனில்லை அழித்தெழுதத்தான் வேண்டும். வாலிபர்களின் திறமையால் புதிய சித்திரம் தீட்டப்படவேண்டும். அதற்குத் தேவைகள் சில பல உண்டல்லவா? வித விதமான வர்ணங்கள்; அவைகளைக் கொட்டிக் கலக்கி ஊற்றிவைக்க வட்டில்கள், தீட்டுக்கோள். இவைகளையெல்லாம் விட முக்கியமாகத் தீட்டும் திறம்பெற வழி வகைகள் இவ்வளவும் வேண்டுமல்லவா? சுதந்திர இந்தியாவில் வாலிபர் செய்யவேண்டிய வேலைக்கு இத்தகைய தேவைகள், உள்ளன. போரிட்ட காலம் நாடி முறுக்கேற்றய நேரம் நல்வாக்குக் கொடுத்த வேளை--இவை தீர்ந்துவிட்டன. சுதந்திர இந்தியாவிலே, வளைவுகளை நிமிர்த்த, படுகுழிகளை

மூட, பாதைகளைச் செப்பனிட, சூது மதியினரை அடக்க, சொந்த மதியற்றோருக்கு அறிவு புகட்ட, சுரண்டுபவனை அடக்க, சோர்ந்திருப்பவனுக்கு உரம் ஊட்ட, பஞ்சம் வராமல் தடுக்க, படிப்பைப் பரப்ப தொழிலை வளர்க்க, வாலிபத்தை வளமாக்க--எண்ணப்போனால் மள மளவென்று பலப் பல வேலைகள் தெரியும் மனக் கண்முன் இவைகளைச் செய்யவேண்டும். அதற்கான உறுதிவேண்டும் செய்வதைத் திருந்தச் செய்யவேண்டும். இதற்கு முழக்கங்கள்--பவனிகள் கடை அடைப்புக்கள் போதா. முறையும் திறமும், வழியும் வகையும் வேறு; நிச்சயமாக வேறுதான். வாலிபர்கள் ஆசிரியர்களாக வேண்டும். உலகத்தைக் கிராமத்தாருக்குக் காட்டவேண்டும். வாலிபர்கள் வைத்தியர்களாக வேண்டும். உடல் உள்ளம் இரண்டிலும் உள்ள நோய் தீர்க்கும் மருந்தளிக்க வேண்டும். வாலிபர்கள் பாலம் அமைக்க, நீர்த்தேக்கம் அமைக்க உழவு முறையே மாற்றப் பணி புரியவேண்டும். பழமையின் பிடியிலிருந்து மக்களைப் பக்குவமாக விடுவித்துப், புதுமையின் சோபிதத்தைக் காட்டிப் புத்துலகு அமைக்கவேண்டும் வாலிபர்கள். இதற்கான திறமும் தீரமும் தேவை. அறிவு ஆராய்ச்சி தேவை. இதற்கான வெளி உலகத் தொடர்பு தேவை. இதற்கான பண்பும் பயிற்சியும் மிக மிகத் தேவை. இந்தக் காரியத்தை முதியோர்கள் செய்யட்டும்; இவை மிக்க சோர்வளிக்கக்கூடிய காரியங்கள்; நாம் போரிட; எதிர்த்துத் தாக்க; தீயில் குளிக்க வேண்டிய காரியங்களைச் செய்வோம் என்று வாலிபர்கள் இருந்துவிடக் கூடாது. பழமையை விரும்புபவர்களைக் கொண்டு புதுமைச் சித்திரத்தைத் தீட்ட முடியாது. அவர்கள் திட்டியான பிறகு கோபிப்பது வீண்வேலை.

அந்தப் பணியினை வாலிபர்கள் புரியும்போது, பழமை பயங்காட்டும்; வைதீகம் மிரட்டும்; ஜாதி எதிர்க்கும்; சம்பிரதாயம் சீறும்; குருட்டுக் கோட்பாடுகள் முரட்டுப் பிடிவாதங்கள், அர்த்தமற்ற பற்று பாசங்கள், இவைகளெல்லாம் இருண்ட மண்டபத்திலே வட்டமிடும் வெளவால்கள் போலக் கிளம்பும். உற்றார் உறவினர்

அண்ணன் தம்பி, பெற்றோர் பெரியவர்கள், எங்கெங்கிருந்தோ, எதிர்பாராத இடத்திலிருந்தெல்லாம் எதிர்ப்புக்கிளம்பும். இவைகளைக் கண்டு அஞ்சாமல் அயராமல், பணி புரியும் பண்பு வாலிபருக்குத் தேவை. அதற்குத் தெளிவு வேண்டும். எங்கெங்கு இவைகளை எப்படி எப்படி எல்லாம் செய்திருக்கிறார்கள் என்று அறிந்து செய்யவேண்டும். அதற்கு வெளி உலகத் தொடர்பு வேண்டும். இவைகளைச் செய்கையில் ஏற்படக்கூடிய தொல்லைகள் பலப் பல. அவைகளைச் சரி செய்யும் பொறுமைக் குணம் கலந்த நெஞ்சு உரம் வேண்டும். இவைகளுக்காக மனப் பாங்கு வாலிபர்களுக்குத் தேவை.

எதிரி ஓர் மாயாவி, கண்ணுக்கே தெரியமாட்டான் தெரியத் தொடங்கும் போதும் ஒரு உருவில் அல்ல, பல உருவங்களிலே தோன்றுவான். "அடுக்குமடா இந்த அக்கிரமம்?' என்று சீறிக் கேட்கும் ஆசிரியர் ரூபத்திலே. "மகனே !...... ஏனோ இப்படி எங்களை வதைக்கிறாய்?" என்று அழுதக் கண்களுடன் நின்று கேட்கும் அன்னை. உருவில், பாபி, என் முகத்தில் விழிக்காதே" என்று ஆத்திரத்துடன் தந்தை உருவில், "சே, தறுதலையாகி விட்டான் இந்தப் பயல்" என்று வெறுத்துப் பேசும் பெரியவர் ரூபத்தில், "மகாப் பெரிய மேதாவி" இவர் புதிதாக் கண்டுபிடித்துவிட்டார் என்று கேலி பேசும் நண்பர் உருவிலே. இப்படியெல்லாம் காட்சி அளிப்பான் அந்த மாயாவி--அதாவது பழமை. அதை எதிர்த்துப் போரிட, உறவு கொண்டாடி ஆசைமொழி கூறுமானால், அதிலே மயங்காதிருக்க வாலிபர்களுக்குத் திறமை தேவை.

நம்மைச் சுற்றி என்ன காண்கிறோம் இன்று. அதோ மெருகு குலையாத மோட்டார் ஓடுகிறது. நாகரிகத்தின் சின்னம். உண்மை உள்ளே உல்லாசச் சீமான். செல்வம் சுகம்; சுகத்துக்காகச் செல்வம்; சுகப்பட்ட செல்வவான் சரி, மோட்டார் ஓடட்டும்; அதோ எதிர்ப்புறம் காண்பதென்ன?

மாட்டுக்குப் பதில் மார்பு உடைய இழுக்கிறான் பாரவண்டியை ஏழ்மை உழைப்பு; உழைப்பவன் ஏழை. உல்லாசச் சீமான் மோட்டாரில் செல்கிறான். சல்லாபியின் வீட்டுக்கோ--இல்லை-- ---சாம்பமூர்த்தி சன்னதிக்கோ.

இந்தக் காட்சி சுதந்திர இந்தியாவில் இருந்துதான் தீருமா? அதோ ஓர் கூட்டம்; ஜிவாத்மாவுக்கும், பரமாத்மாவுக்கும் உள்ள தொடர்புப் பற்றிய பிரசங்க பூஷ்ணம் பேச்சானந்தர் சரமாரியாகப் பேசுகிறார் பேசட்டும் காண்பதெல்லாம் மாயை, பூண்பதெல்லாம் மாயையேகாண் பாடுகிறார், கல்யாணி ஆலாபணம் கைவிரலிலே கவனியுங்கள், ப்ளூ ஜாகர் வைரம், பக்கத்திலே வெள்ளிச் செம்பு, கற்கண்டு பொடி போட்டுக் காய்ச்சிய பசும்பால் உள்ளே. பேசும் பொருள் கவனமிருக்கிறதோ? மாயா வாதம்.

சுந்தர இந்தியாவிலே இது இருக்குமா?

சீமான் ரசித்தார், மாயாவாதப் பிரசங்கத்தை--வீடு வந்தார்--வேலையாள் அவருடன் வந்தவன், ஒரு அடி பாட்டிலே கற்றுக்கொண்டான். மெல்லிய குரலிலே பாடுகிறான்.

"காயமே இது பொய்யடா," என்று..... எஜமானர் காதிலே இது விழுகிறது. அவர் உரத்த குரலிலே கூப்பிட்டுக் கட்டளையிடுகிறார்.

"கதவை இழுத்துச் சாத்தடா" என்று. சுதந்திர இந்தியாவிலேயும் இது இருக்குமா? அடே அப்பா, கொஞ்சம் விலகு, மேலே படாதே, எட்டி நில். இதுவும் இருக்குமா?

என் குலம் என்ன, கோத்திரம் என்ன? அந்தஸ்து என்ன? என் மகளை, அந்தப் பயலுக்கா கொடுக்க முடியும்? நான் என்ன ஜாதி? அவன் என்ன ஜாதி? இந்தச் சீற்றம் இருக்குமா, சுதந்தர இந்தியாவில் இன்று காணப்படும் சகலமும் அங்ஙனமே இருப்பதற்காக அல்ல வாலிபர்கள் பாடுபட்டது. சுதந்திரம் என்றால், இத்தகைய கோரங்கள் ஒழிக்கப்பட்ட நிலை என்பதே முழுப்பொருள். இதற்கான பணிபுரிவதற்கு நெஞ்சில் உரம் தேவை வாலிபர்கட்கு. மனிதன் மனிதனாக வாழ வழி கண்டுபிடிக்கும் மகத்தான வேலை, வாலிபர்கள் முன் இருப்பது. நாட்டின் இயற்கை வளத்தையும், மக்களின் மன வளத்தையும் பெருக்கும் பெரும் வலி இருக்கிறது. புதிய வாழ்வு அமைக்கும் பொறுப்புள்ள வேலை. இதற்குப் பல பொருள் பற்றிய அறிவும் எதையும் பகுத்தறியும் தன்மையும், காரணம் கண்டே எதையும் ஏற்றுக் கொள்ளும் போக்கும் அறிவுடன் தொடர்பு கொண்ட ஆற்றலும், மக்களிடம் மட்டற்ற அன்பும், அவர்களை வாழச் செய்ய முடியும் என்ற நம்பிக்கையும், அவர்கள் அனைவரும் வஞ்சிக்காமல், சுரண்டாமல், அடக்கி ஆளாமல், அடிமைப்படாமல் வாழக் கூடிய வீதத்தில் நாட்டின் வளத்தையும் முறையையும் புதுப்பிக்க முடியும் என்ற எண்ணமும், பழையன கழிதலும், புதியன புகுதலும் வழுவல என்ற எண்ணமும், வாலிபர்களுக்குத் தேவை. சிற்பியிடம் கற்பாறை தரப்படுகிறது. அவன் வேலைக்கான மூலப் பொருள்--இனி அவனுக்குத் தேவை சிறிய உளியும், பெரிய உள்ளமும் சுதந்தர இந்தியாவிலே. இதுபோலவே, வாலிபர்களுக்குப் பகுத்தறிவும், சுயமரியாதை உணர்ச்சியும் தேவை--புது வாழ்வு பெற--முழு வாழ்வு பெற.

தீண்டாமை

தமிழ் நாட்டிலே எங்கு பார்த்தாலும் சிற்பிகளின் சிந்தனையைச் சிறப்புற விளக்கிடும் எழில் மிகுந்த கோயில்கள் உள்ளன. முடியுடைய மூவேந்தர்களும், பல்லவரும் கட்டிய ஆலயங்கள்--அவை ஒவ்வொன்றுக்கும் சிறப்புகள் மகிமைகள் கூறப்பட்டுள்ளன, பாடல் பெற்ற ஸ்தலங்கள் என்று புகழப்படுகின்றன. ஒவ்வொரு கோயிலுக்கும் ஒவ்வொரு அற்புதம் கூறப்படுகிறது. தாயுமானார், தயாபரர், தீராத வல்வினையைத் தீர்த்தவர், தில்லையில் திருநடனம் புரிபவர், திருவரங்கத்து அண்ணல் என்று பெயரினாலேயே பொருட்செரிவும் வைத்துப் பேசப்படுகிறது. பாடல் கேட்டு கதவு திறக்கப்பட்ட கோயில், படிக்காசு கிடைத்த கோயில் தூது சென்ற தலம், என்று பல்வேறு மகிமைக் கதைகள் கூறப்படுகின்றன.

அதாவது, ஆலயங்கள் ஏராளமாக உள்ளன. அவைகளில் அழகும் மகிமையும் பேசப்படுகின்றன. அங்கு சென்று சேவிப்பது இகபரசுகம் தரும் என்று பேசப்படுகிறது. கோயிலில்லா ஊரிலே குடியிருக்கவே வேண்டாம் என்பது பழமொழி. திருக்கோயிலை வளம் வராத கால் என்ன காலோ. ஐயனைச் சென்று காணாத கண் என்ன கண்ணோ என்று பஜனைகள் நடக்கின்றன. தூய்மையின் இருப்பிடம் என்று, கூறப்படுகிறது. இவ்வளவு கூறிவிட்டு ஏடுகளை இதற்காகக் குவித்துவிட்டு, இறைவனின் இல்லங்களை எங்கும் எழுப்பிவிட்டு அவற்றின் அருமை பெருமை, அங்குப் போக வேண்டியதின் அவசியம் போனால் ஏற்படும் பலன், ஆகியவற்றைப் பாட்டாகவும், கூத்தாகவும் படமாகவும் எடுத்துக் காட்டிவிட்டு, கேட்டதும் மக்களுக்கு ஓர் ஆவல்...பற்று...பாசம் ஏற்படும்படி செய்துவிட்டு ஆசையைத் தட்டி எழுப்பிவிட்டு, வீணையை மீட்டத் தொடங்கியதும், இசைகேட்க வருபவனின் காதுகளை அடைப்பது போல,

எழில்மிகு சித்திரத்தைத் தயாரித்துக் காண வாரீர் என்று அனைவரையும் அழைத்துக் காண வரும் சிலரின் கண்களைக் கட்டியிருப்பது போல, பழச்சாற்றின் இனிப்பைக் கூறிக்கொண்டு, பருகக் கொஞ்சம் தருக என்று கேட்பவனை விரட்டுவது போல, ஆலயங்களுக்கு மகிமையும்; பலனளிக்கும் சக்தியும் இருப்பதைக் கூறி விட்டு, அங்கு வரக்கூடாது நுழையக்கூடாது என்று சிவரை அல்ல, ஏறக்குறைய எட்டு கோடி மக்களைத் தடுத்து வருகிறோம். இன்று நேற்றல்ல; தலைமுறைத் தலைமுறையாக அவர்கள் ஏதோ குற்றம் செய்ததற்கு தண்டனையாக அல்லது--அவர்கள் தமக்கு இழைக்கப்படும் கொடுமையாக நம்மைத் தண்டிக்கும் சக்தியைப் பெறாத ஒரே காரணத்தால். இது முறையா--நீதியா--தருமமா--நெடுநாட்களுக்குச் செல்லுமா--இவை கேள்விகள் அல்ல--எண்ணத்தில் கபடமில்லாத எவருக்கும் இருக்கும் இதயத் துடிப்புகள்.

பொருளைக் காட்டி மறைப்பார் குழந்தைகளிடமிருந்து பெற்றோர். நாமோ புனித ஸ்தலங்களின் பெருமையைக் கூறிப் பூட்டி விடுகிறோம். அங்கு ஒரு குறிப்பிட்ட சமூக மக்கள் வரக்கூடாது என்று. ஏன்? முடிந்தது செய்து வந்தோம் என்பதுதான் உண்மையான காரணம், மற்றக் காரணங்கள், மனதிலே எழும் அலைகள்.. உண்மையல்ல

பயனும் பெருமையும் இருப்பதாகவும் ஒரு இடத்தைக் குறிப்பிட்டு, அதே இடத்துக்கு ஒரு குறிப்பிட்ட கூட்டத்தினரை நுழையக்கூடாது என்று சொன்னால், எவ்வளவு வேதனை இருக்கும். கூறும் நமக்கு எவ்வளவு கடினமான மனது இருக்க வேண்டும் என்பதை எண்ணிப் பாருங்கள். இன்றிரவு உங்கள் கையை மூடிக்கொண்டு, உங்கள் கொஞ்சுமொழிக் குழந்தையைக் கூப்பிட்டுத் "தம்பி! கைக்குள்ளே ஒரு அருமையான வஸ்து இருக்கிறது பளபளப்பானது யாருக்கும் கிடைக்காது என்று கூறுங்கள். குதித்துக்கொண்டே அந்தக் குழந்தை அண்ணா அதை

எனக்குக் கொடேன்" என்று கொஞ்கிக் கேட்கும் போது ஊஹூம் தரமுடியாது உனக்கல்ல அது, தரமாட்டேன் என்று கூறிப்பாருங்கள். நீங்கள் படுகிற பாடு தெரியும். நாணும் தான்--எத்தனை கிள்ளுகளோ, எவ்வளவு மல்லுகளோ-- அழக்கூடச் செய்யும் குழந்தை. அம்மா அவசரமாக ஓடிவந்து, குழந்தையை அனைத்துக் கொண்டு 'பொல்லாத விளையாட்டு' என்று கூறி, நமது கரத்தைப் பிடித்து இழுத்துக் 'குழந்தையை ஏமாற்றதீர்கள்' என்று கோபிப்பார்கள்.

குடும்பத்தைப் பொறுத்தமட்டிலே, இதிலே ஒருவகைக் குதூகலம்கூட இருக்கும். குழந்தையின் உள்ளத்திலே எவ்வளவு வேதனை ஏற்பட்டிருக்கும் தெரியுமோ?

குழந்தையின் மனமே இப்படி. நாம் செய்துவரும் கொடுமை, எட்டுக்கோடி மக்களுக்கு. இறைவனின் இல்லத்தின் அருமைதனைக் கூறிக் கொண்டே "அந்த இடத்தில் மட்டும் நீ வரக்கூடாது" என்று கூறுகிறோம். சரியா? என்று யோசித்துப் பாருங்க.

பக்தர்களைப் பரமன் வாழும் இடத்துக்குச் செல்லவொட்டாது தடுப்பது, சேயைத் தாயிடமிருந்து பிரிப்பது போன்ற பாதகமென்று, இதோபதேசம் செய்து பார்த்தாயிற்று.

இந்து மார்க்கத்தின், இந்நாள் இருக்கும் இந்த தீண்டாமை. அந்நாளில் ஆன்றோர் வாழ்ந்த விதம் வேறு; சான்றோரெல்லாரும் தீண்டாமையைக் கையாண்டதில்லை என்று விளக்கம் கூறியாகிவிட்டது.

எந்த இந்து மதத்திலே அந்த மக்கள் இருப்பதாகக் கூறிப் பெருமைப்பட்டுப் புள்ளி விவரம் காட்டிப் பூரிக்கிறோமோ அதே மதத்திலிருக்கும் மக்களை மதத்தின் ஊற்றாகக்

கருதப்படும் கோயிலிலேயும் அனுமதிக்காதிருப்பது, மனப் புண்ணை, ஆற்ற முடியாத புண்ணை ஏற்படுத்திவிட்டது. இதனை ஆற்றிக்கொள்ள அந்த மக்களில் பலர், சிலுவைச் சூரணமோ, இஸ்லாமிய முறையையோ நாடுகின்றனர். இந்து சமுதாயம் குறைந்து வருகிறது என்ற யூகம் கூறியாகிவிட்டது.

வீரம், தியாகம், கடமை, பக்தி எனும் பல்வேறு உணர்ச்சி நரம்புகளை மீட்டிப் பார்த்தாகிவிட்டது.

நந்தனாரை, திருப்பாணாழ்வாரை--மக்களுக்குக் கவனப்படுத்தியாகிவிட்டது.

"ஆவுரித்துத் தின்று உழலும் புலையரேனும், அவர் கண்டீர் யாம் வணங்கும் தெய்வமாமே" என்று பாசுரம் பாடிப் பார்த்தாகி விட்டது.

வேறு நாடுகளிலே, தேவையில்லாத தீங்கு தருவதான முறையை மாற்ற எடுத்துக்கொண்ட முயற்சியைவிட இங்கு நம் நாட்டில் தீண்டாமை ஒழிப்புக்காகவும், திருக்கோயில் திறப்புக்காகவும் எடுத்துக் கொண்ட முயற்சி மிக அதிகம்.

"ஜாதி மதங்களைப் பாரோம்! உயர் ஜன்மம் இந்தத் தேசத்தில் எய்தினர் ஆயின், வேதியர் ஆயினும் ஒன்றே! அன்றி வேறு குலத்தவர் ஆயினும்" ஒன்றே" என்ற பாடலை எத்தனை எத்தனையோ ஆயிரம் மேடைகளில் பாடிக் காட்டியாகிவிட்டது.

வியாசரின் உண்மைக் கருத்து, பராசரின் பரந்த நோக்கம் வேதத்தின் சாரம், உபரிஷத்தின் உண்மை என்று தத்துவார்த்தங்கள் பேசிப் பார்த்தாகிவிட்டது.

எத்தனை மாநாடுகள்--எவ்வளவு அறிக்கைகள்--சத்தியாக்கிரகங்கள்--உண்ணாவிரதங்கள்--கிளர்ச்சிகள்--இந்த மாசு துடைக்க ஏற்பட்டன. ஏற்பட்டும்--ஆம்! பெரு மூச்சுடன்தான் பேசித் தீரவேண்டியிருக்கிறது. மதுரை மீனாட்சி அம்மனைக் காண முடியாது; அரங்கநாதரைச் சேவிக்க முடியாது, பழனியாண்டவரைப் பார்க்க முடியும்; திருமலையப்பனைத் தரிசிக்க முடியாது. நந்தனுக்கு முக்தி தந்த தில்லைச் சபேசன் பெருமையை நவரசங்களுடன் எடுத்துக் கூறுவரேயன்றி அவரைக் காண முடியாது பரிதாபம்! மக்களிடை காட்டிய பேத உணர்ச்சி, இன்று கடவுள்வரை சென்று விட்டது, காண அனுமதிக்கும் சாமி சில; காணக் கூடாத கடவுள் சில என்னும் நிலைமை வந்துவிட்டது. ஏன்? யார் யாரைக் கேட்பது.

அறிவு, ஆண்மையைப் பார்த்துக் கேட்கவேண்டிய அவசியமான, அவசரமான கேள்வி இது.

இடையிடையே, சில இடங்களில் சில கோயில்கள் திறந்துவிடப்பட்டன என்று செய்தி வெளிவரக் காண் கிறோம். ஆந்திர நாட்டவரும், சட்டசபை அங்கத்தினருமான பி. எஸ். மூர்த்தி என்பவர், ஆதித்திராவிடரைத் திருப்பதி மலைக்கு அழைத்துச் செல்லப்போவதாக அறிவிக்கிறார். வைதிகர்கள் எதிர்க்கத்தான் எண்ணுகிறார்கள். ஆனால்,

இன்று அந்தப் பழைய நாள் பரபரப்பும் பதைபதைப்பும் இல்லை. ஆனால் பழைய நாட்டுக் கோட்பாடுகளின் படியே நடக்கவேண்டும் என்று எண்ணும் வைதிகர்களின் மனப்பான்மை அடியோடு மாறிவிட்டது என்று கூறிவிட முடியாது.

திகைப்பு, திகில்; தடுத்தே தீரவேண்டுமென்ற போக்கு; இதனால் சர்வநாசம் சம்பவிக்குமோ என்ற சஞ்சலம்--இன்று

குறைவு குறைந்துகொண்டு வருகிறது. ஆனால் அடியோடு மனமாறுதல் ஏற்பட்ட பிறகுதான், ஆலயப் பிரவேசம் சாத்தியமாகும் என்று கூறுவது ஆண்மை, அன்பு, அறிவுடைமை ஆகாது. எனவே, சட்டம் தேவை; அதை விளக்க ஒரு பிரசாரத் திட்டம் தேவை--அவசரமாக தேவை.

ஆலயங்களில் முன்னாள் இன்னாள் நிலைமை; அதனால் ஏற்படும் பலன்; யாராருக்கு எந்தெந்த வகையான பலன் உண்டாகிறது என்பவை, தனிப்பிரச்சினைகள்.

அதுபோலவே ஆதித்திராவிடர்கள் முன்னேற, ஈடேற என்னென்ன வழி; ஆலயப் பிரவேசம் ஒன்று மட்டும். அவர்களின் கஷ்டத்தைப் போக்கிவிடுமா என்பவையும் தனிப் பிரச்சினைகள்.

இப்போது நான் கூறுவது, அந்தத் தனிப்பரசனைகளைப் பற்றி அல்ல. இந்நாட்டிலே ஆலயங்கள் உள்ளன; ஆதித்திராவிடர்களும் இருக்கின்றனர்.

ஆலயங்களிலே நாம் போகலாம்; அவர்கள் வரக்கூடாது என்று நாம் கூறுகிறோம், நாமே யாரை ஆலயங்களுக்குள் வரக்கூடாது என்று தடுக்கிறோமோ அவர்களைத் தாய் நாட்டு மக்களென்றும், சகோதரர்கள் என்றும் கூறுகிறோம். நாட்டு மக்களின் கணக்கைப்பற்றிப் பெருமை யாக *40* கோடி பேர், நாம் என்று பேசும்போது, "கிட்டேவராதே, எட்டி நில்," என்று கூறித் தடுக்கிறோமே, அவர்களின் தொகை *8* கோடி என்பதை மறந்தே விடுகிறோம். ஐந்தில் ஒரு பாகம் அவர்கள்--பஞ்சேந்திரியத்தில் ஒன்று பழுதாகி விட்டதுபோல--நாட்டைக் கேட்டினில் ஆழ்த்துகிறோம்.

ஆலயங்களிலே பலவகையான சீர்திருத்தம் வேண்டும், என்று பேசுபவர்களேகூட, அங்கு ஆதித்திராவிடர்கள் வருவதைத் தடுக்கிறார்கள்.

அதுபோலவே, ஆதித்திராவிடர்களுக்குக் கல்வி, சுகாதாரவசதி செய்து தரவேண்டுமென்று அன்புடன் பேசத் தயாராக இருப்பவர்கள்கூட, அவர்களுக்குக் கோயில் பிரவேசம் கூடாது என்று பேசுகின்றனர்.

இந்த விசித்திர மனப்பான்மைக்குக் காரணம் இருக்கிறது. அர்த்தமற்றதல்ல இந்தப்போக்கு.

உபகாரம் செய்யச் சம்மதிக்கிறார்கள்--உரிமையைத் தருவது என்றால் சங்கடப்படுகிறார்கள். உபகாரம் செய்வது சுலபம்; உரிமையைத் தருவது கஷ்டம். உபகாரம் செய்வதிலே காட்டவேண்டிய தியாக உணர்ச்சி குறைவு--தீரமும் குறைவுதான்--ஆனால் உரிமையைத் தருவதற்குத் தியாக உணர்ச்சியும், தீரமும் அதிகமாகத் தேவை.

உபகாரத்தைப் பெறுக்குபவருக்கும், தருபவருக்கும் இடையே ஏறத்தாழ, அடிமை--எஜமானன் என்ற நிலைமைதான் இருக்கும். உரிமை தருவது, பெறுவது என்பது இந்த நிலையை அல்ல. இருவருக்கும் சமநிலை, சம அந்தஸ்து ஏற்படச் செய்கிறது. உபகாரம். "ஐயோ பாவம்" என்ற உணர்ச்சியின் விளைவு--உரிமை, 'என்' என்ற முழக்கத்தின் விளைவு, எனவேதான் சம்மதிப்பதில்லை. தீண்டாமை முறை உரிமையைப் பறிக்கும் சூது.

தீண்டாமை-எவ்வளவு வேதனையான வேடிக்கை இது என்பதை எண்ணிப் பார்க்க வேண்டும்.

கெட்ட பொருளைத் தொடக்கூடாது--குப்பை கூளம், நாற்றப்பொருள், ஆகியவைகளிடம் நிச்சயமாகத் தீண் டாமை அனுஷ்டிக்கத்தான் வேண்டும். அக்கினித் திராவகம் வெடிகுண்டு, விஷம், சீறும் நாகம், கொட்டும் தேள் இன்னும் பலப் பல உண்டு ஆபத்துத் தரக்கூடியவை. அலவைகளைத் தீண்டாதிருக்க வேண்டும்-- நியாயம் அது. ஆனால் பலகோடி மக்களை, தாய்நாட்டாரை மூதாதையர் கால முதற்கொண்டு நம்முடன் வாழ்ந்து வருபவர்களைத் "தீண்ட மாட்டோம்" என்று கூறுவது--தீண்டாமையை அனுஷ்டிப்பது--எவ்வளவு வேதனை? எவ்வளவு அர்த்த மற்றது என்பதை எண்ணிப் பார்க்கும் எவரும், "இனியும் அந்தக் கொடுமை இருக்கவேண்டும்" என்று வாதாட முடியாது-- தீண்டாமையால் இன்ன நலன் விளைந்தது--விளைகிறது-- விளையும் என்று கூறவும் முடியாது. அதற்கு மாறாகத் தீண்டாமையால் ஏராளமான கேடுகள் விளைந்திருப்பதைக் காட்ட முடியும். விவரமாகக்கூட விளக்க வேண்டியதில்லை. எட்டுக்கோடி பேர் உள்ளனர் தீண்டாதார். அவ்வளவு பேர்களுக்கும் மனப்புண் உண்டாக்குகிறோம். இதைவிட வேறு கேடு என்ன வேண்டும்.

தயை, தர்மம், அன்பு, நேசம் முதலிய பண்புகள், நாட்டு மக்களிடம் வளரவேண்டும். அதுதான் அவர்கள் நாகரிக வாழ்வு, வாழ்கிறார்கள் என்பதற்கு அடையாளம் என்றெல்லாம் அறிஞர்கள் கூறக் கேட்டு அகமகிழ்கிறோம். வடலூர் இராமலிங்கரின் சமரச சுத்த சன்மார்க்கத்தை வாழ்த்துகிறோம். இராஜாராம் மோகன்ராய், தயானந்தர் ஆகியோருக்கு விழா நடத்துகிறோம். நம்முடைய நாட்களிலேயே ஹரிஜன் நிதிக்குப் பணம் கூடத் தருகிறோம். ஆனால், "தீண்டாமையை அறவே ஒழிக்க வேண்டும் வாரீர்" என்று அழைத்தால், தர்மம், தயை, அன்பு, நட்பு'முதலிய குணங்களெல்லாம், ஓட்டுக்குள் மறைந்துக்கொள்ளும் ஆமைகளாகிவிடுகின்றன. எங்கிருந்தோ கிளம்பி, வைதீகம் என்னும் நாகம் சீறுகிறது. அதை அடக்க அறிவாயுதம் வேண்டும்.

கள்ளக் கையொப்பக்காரன் கரம் கூப்புகிறான்--விபசாரி விசேஷ அபிஷேகம் செய்விக்கிறாள், குடி கெடுப்பவன் கும்பாபிஷேகம் செய்கிறான். கொள்ளை இலாபமடித்தவன் வெள்ளி ரிஷபம் செய்து வைக்கிறான். ஒழுக்கக் குறைவு உள்ளோர், அழுக்கு மனம் படைத்தோர், இழுக்கான வழிசெல்பவர்கள், ஆலயங்களிலை நுழைய முடியாத படி தடை உண்டோ? இல்லை.

ஆனால் ஆதித்திராவிடரை மட்டும், ஆலயத்துக்கு வரக்கூடாது என்று தடுக்கிறோம்--நியாயமா?

அல்ல என்றுதான் தெரிகிறது. ஆனால்......என்று தானே பதில் கூறுகிறீர்கள்?

ஆனால், ஆனால் என்று அநேக காலமாகக் கூறிவந்தாகிவிட்டது? நண்பர்களே ஆனால், என்பதை மறந்து ஆகையால் தீண்டாமை கூடாது-- ஆலயப் பிரவேசம் அவசியம் தான் என்று அச்சத்தை விட்டுத் தீர்ப்பளியுங்கள்.

ஆனால்.. என்று நெகிழ்ந்த நிலையிலேதான் மக்கள் பேசுகிறார்கள். அதற்கு அர்த்தம், கோயிலுக்குள் தீண்டாதாரை விடக் கூடாது என்பதல்ல. ஆனால் சர்க்கார் சட்டம் செய்து விடட்டுமே என்றுதான் மக்கள் கூறுகிறார்கள் என்று, சர்க்கார் எண்ண வேண்டும். மக்களின் மனம் இன்று அத்தகைய சட்டமே தேவைப்படாத அளவு பண்படவில்லை. ஆனால் அத்தகைய சட்டம் வருவதைத் தடுத்தே ஆகவேண்டும் என்ற மனநிலை இல்லை. இந்தச் சமயந்தான் கோயில் நுழைவுக்கான சட்டம் செய்யும் சரியான சமயம்--என்று சர்க்காருக்குக் கூறுகிறேன்--பிரஜை என்ற முறையில்.

என்னைக் கவர்ந்த புத்தகங்கள்

இருள் சூழ்ந்திருந்த அந்தக் குகையிலே, தேம்பித் தேம்பி அழுதபடி நின்று கொண்டிருந்த அலாவுதீன் சுவற்றின் மீது சாய்ந்தான்--அவன் கையிலிருந்த தீபம், சுவற்றிலே உராய்ந்தது--உடனே குகையே கிடுகிடுவென்று ஆடுவது போன்றதோர் சத்தம் கேட்டது--அலாவுதீனின் தலை கிறுகிறுவென்று சுழன்றது. ஐயோ என்று அலறினான். அவன் எதிரே ஒரு பயங்கரமான பூதம் வந்து நின்றது.

இதுபோன்ற வர்ணனைகளும், ஆச்சரியச் சம்பவங்களும், திடுக்கிடவைக்கும் தகவல்களும், நிரம்பிய அலாவுதீனின் அற்புததீபம் என்ற கதையைப் படித்தபோது, அதிலேயே சொக்கிப்போய், அதைவிடச் சிறந்த புத்தகமே இடையாது என்று நம்பிய பருவம்--எனக்குமட்டுமல்ல-- உங்களில் பலருக்கும் உண்டு. அந்தச் சிறு பிராயத்தில் அந்தக் கதை நிச்சயமாக நமது உள்ளத்தைக் கவர்ந்தது--அலாவுதீன் அழுதபோது அழுதோம்--சிரித்தபோது சிரித்தோம். மந்திரவாதியை வெறுத்தோம். அவன் மாண்டான் என்று கதையிலே கூறப்பட்டபோது மகிழ்ந்தோம். மாலை விளையாட்டு, காலை உணவு, இரவுப்படிப்பு, வீட்டுக் கணக்கு முதலிய அலுவல்களையும் மறந்து அந்தக் கதையைப் படித்திருக்கிறோம். ரசித்திருக்கிறோம். பழைய விளக்குகளைப் பார்க்கும் போதெல்லாம், அந்த அற்புத தீபத்தின் நினைப்புதான்--உருட்டு விழியும் மருட்டும் மீசைகளைப் பார்க்கும்போதெல்லாம், அந்த மந்திரவாதியின் நினைப்புத்தான்--நமது இளம் உள்ளத்தில், அந்தக் கதை அவ்வளவு தூரம் குடி ஏறிவிட்டது--குதூகலம் தந்தது. ஆப்பிரிக்காவின் அகல நீளம். பசிபிக் கடலிலுள்ள தீவுகள், ஆயிரம் ரூபாயை அறுபத்தாறு பேருக்குப் பங்கிட்டுத் தருவது, ஆலமரத்துக்கு விழுது இருப்பதன் காரணம் போன்ற பள்ளிக்கூடப் பாடங்களெல்லாம், நமக்குக் கசப்பாகவும்,

அலாவுதீன் கதை, அலிபாபா கதை, ஆயிரம் தலை வாங்கியவள் கதை, கூடுவிட்டுக் கூடுபாயும் கதை, காளி கூளிக்குச் சொன்ன கதை, போன்றவைகள் சுவை தந்து, நம்மைக் கவர்ந்திருக்கின்றன.

என்னைக் கவர்ந்த புத்தகங்கள் இவை போன்றவை--அந்தப் பிராயத்தில் --துள்ளித் திரிந்த பள்ளிப் பருவகாலத்தில். எனக்கு மட்டுமா? உங்களுக்குந்தான்--கவனப் படுத்திப் பாருங்கள், தெருத் திண்ணையில் மாடத்தில் மங்கலாக அகல் விளக்கு எரிந்து கொண்டிருக்கிறது--சுவற்றில் சாய்ந்தபடி, சுற்றும் முற்றும் என்ன நடக்கிறது என்பதும் தெரியாமல், சிற்றெறும்பு கடித்தாலும் கவலைப்படாமல், படித்துக்கொண்டிருக்கும் காட்சி, கவனத்திற்கு வரும்.

மகிழ்ச்சி ஊட்டுவது, புதிய எண்ணங்களைத் தூவுவது பழைய கருத்துக்களை மாற்றுவது, பண்பு தருவது, செயல் புரியும் திறன் அளிப்பது என்பன போன்ற பயன்களைப் பெறுவதற்கே; படிக்கிறோம்--ஒவ்வொரு வகைப் புத்தகமும் ஒவ்வொரு பயனை, ஒவ்வோர் அளவுக்குத் தருவதுடன் நமது மனதை உருவாக்க உதவுகின்றன. மகிழ்ச்சியூட்டும் புத்தகம், செயலாற்றும் திறனைத் தந்தே தீருமென்றோ புதிய எண்ணத்தைத் தூவும் ஏடு, மகிழ்ச்சி ஊட்டக் கூடிய இனிய நடை அழகுடன் இருந்தே தீருமென்றோ கூறமுடியாது.

நாரதரின் கானம் பற்றியோ, தேவலோகக் காட்சி பற்றியோ, சுவைதரும் விதமாகத் தீட்டப்பட்ட ஏட்டினைப் படிக்கும்போது, ஒருவகை இனிமை ஏற்படத்தான் செய்கிறது. ஆனால் புதிய எண்ணம், விழிப்பு. செயலாற்றும் தன்மை ஏற்படுவதில்லை. பக்திப் பரவசத்துடன் அந்த ஏடுகளைப் படிப்போரும், போய்ப் பார்த்துவிட்டே வரவேண்டும் நாரதரை என்று பயணப்படுவதில்லை.

மலேயாவைப்பற்றிய வரலாற்றுப் புத்தகத்திலே சுவை இருக்காது. எனினும், படிப்பவர்கள் வசதி கிடைத்தால் அங்குபோய் வரலாம் என்ற எண்ணம் கொள்ளவும். செயலாற்றவும் முடிகிறது.

சுவை கருதி மட்டும் படிக்கும் பருவத்திலே, நம்பமுடியாத நிகழ்ச்சிகள், சாதிக்க முடியாத செயல் கொண்ட கதைகள், உள்ளத்தைக் கவருகின்றன. இந்த வரிசையில் மனதிலே. எளிதாகவும் விரைவாகவம் பதிந்துவிடும் கதைப் போக்கு கொண்டது விக்கிரமாதித்தன் கதை போன்றவைகள்.

அந்தப் பருவம் கடந்த பிறகு, பயன் தரும் ஏடுகளையே மனம் நாடுகிறது. பொழுது போக்குடன் பயனும் வந்து, சுவையும் தந்த புத்தகங்களிலே, பிரதாப முதலியார் சரித்திரத்தைக் குறிப்பிடுகிறேன் -- என் உள்ளத்தைக் கவர்ந்த ஏடுகளிலே, அது ஒன்று.

இம்மை, மறுமை என்ற இரு கூறுகளை ஏற்றுக்கொள்பவர்கள், மறுமைக்குத் துணைசெய்யும் ஏடுகளை மதிக்கத் தொடங்கி, அறிவாராய்ச்சிக்கு ஒவ்வாத கருத்துக்களை மனத்திலே நினைத்துக்கொண்டு, கவலைச் சுமையும், பயபாரமும் கொண்டவர்களாகிறார்கள்.

அத்தகைய ஏடுகளை நான் படித்ததுண்டு--அவை. சில சமயம் அச்சத்தையும், அருவருப்பையும் தந்துள்ளன--உள்ளத்தைக் கவர்ந்ததில்லை. புராண இதிகாசக் கதைகளை நான் பள்ளிப்பருவத்திலே, படிக்க நேரிட்டபோது, அவை தேவையற்றவை என்ற கருத்தோ, அல்லது நம்மால் சாதிக்க முடியாதவைகளைக் கொண்ட ஏடுகள் என்றோ தான் எண்ணம் ஏற்பட்டது. உள்ளத்திலே சில சமயம் அதிர்ச்சி தரும், நரகலோக வர்ணனை, மண்டை ஆயிரம் சுக்கலாக வெடிப்பது, மலைப் பாம்பு விழுங்கிவிடுவது

போன்றவைகளைப் பற்றிப் படிக்கும்போது--ஆனால் நீண்ட காலம், அந்த ஏடுகளோ, அவைகளிலே குறிப்பிடப்பட்ட கருத்துகளோ, மனதில் தங்கி இருந்ததில்லை. தினைப்புனத்துப் பட்சிகள் போல, அக்கருத்துக்கள கூட்டம் கூட்டமாக வரும். உள்ளத்தைத் தொடும். ஆனால் அறிவுத்தெளிவு--எனும் ஆலோலம், கேட்கக் கேட்க அவை பறந்தே போய்விடும்--எனக்கு மட்டுமல்ல; சராசரி அறிவுள்ள எவருக்கும்.

படித்துக்கொண்டிருக்கும்போதே நம்மைப் பரவசப் படுத்திவிடும் ஓசை நயமும். பொருள் செறிவும் கொண்ட புத்தகங்கள் மனதைக் கவரும் தன்மை உடையன. இந்த வரிசையிலே, என்மனதை மிகவும் அதிகமாக ஈர்த்த புத்தகங்களிலே கலிங்கத்துப் பரணியை, முக்கியமானதாகக் கருதுகிறேன். அத்தகைய ஏடுகள் சுவை தருவன -- சுவை ஏற்படுகிறது நிச்சயமாக--ஆனால் பயன் கருதிப் படிக்கும் பருவத்திலே, வெறும் சுவை தரும் ஏடுகளாகிய கலிங்கத்துப்பரணி, குற்றாலக் குறவஞ்சி ஆகியவைகளைப் படிக்க நேரமும், நினைப்பும், இயற்கையாகவே ஏற்படுவதில்லை.

இனிய நடை, எழில் பற்றிய விளக்கம், சிந்து பாடும் சிற்றாறு, மேகத்தை மாலையாகக்கொண்ட மலை, மானும் அதன் கன்றும் சென்று நீர் பருகும் சுனை, பங்கப்பழனத்துழும் உழவர், பலவின் கனிமைப் பறித்ததென்று சங்கிட்டு எறியும் காட்சி, கதிர் ஒரு முழமே காணும் கதலி கமூகெனவே நீளும் காட்சி, ஆகியவைகள் போன்ற ஓவியங்களைத் தீட்டிக் காட்டும் காவியங்களிலே, சுவை உண்டு என்பதை உணரவே முடியாத குருட்டறிவோ, பருகவே முடியாத பாமரத் தன்மையோ அல்ல, இன்று அவ்விதமான ஏடுகளை, நானும், என் நிலையில் உள்ள உங்களில் பலரும், நாடாத்தற்குக் காரணம். நமது நோக்கம், வேறு ஏடுகளைத் தேடச் செய்கிறது; நமது மனக் கண்முன் தோன்றி, நம்மைப் பணிபுரியச்

சொல்லும் பிரச்னைகள் யாவையோ, அவைகளை விளக்கும் ஏடுகளே, இப்போது உள்ளத்தைக் கவருகின்றன.

உள்ளம் வளருகிறது--சிந்தனையால். உலகில் உலவும் எண்ண அலைகளால்--வாழ்க்கை எனும் ஆசிரியன் புகட்டும் பாடங்களால்--இலட்சியங்கள். புதிது புதிதாகப் பிறக்கின்றன. இவைகளுக்கேற்ற வண்ணம். அறிவுத் தாகம் ஏற்படுகிறது. அந்தத் தாகத்தைத் தீர்க்கும் ஏடுகளை நாடுகிறோம்.

அழகு, இன்பம், காதல், மாந்தோப்பில் மங்கை நல்லாளைச் சந்திப்பது போன்ற கதைகள், சுவை தந்த சில சமயம் பயனும் தருகின்றன. ஆனால் அந்த ஏடுகளிலேயே, அவன் தேடும் இலட்சியம் முழுவதும் இருப்பதில்லை. மாறுகிறது.

மாசறு முத்தே! வலம்புரிச்சங்கே !! என்று அன்புரை கூறிக் கண்ணகியுடன் கோவலன் கொஞ்சிடும் காட்சியும், கடலாடும் காட்சியும் "அறநெறி அழித்த நானோ மன்னன்! யானே கள்வன்!!" என்று பாண்டியன் பதறி இறந்திடும் காட்சியும், நெஞ்சை அள்ளும் இன்னேரன்ன பிற காட்சிகளும் கொண்ட சிலப்பதிகாரம், உள்ளத்தைக் கவர்ந்திடத்தான் செய்தது. ஆனால், பருவம் மாறுகிறது, புத்தகப்பட்டியலும் மாறுகிறது.

ஆற்றல் வளரும் பருவத்தை அடைந்ததும், வீரச் செயல்கள், களக்காட்சிகள், அரசு அமைக்கும் அருஞ் செயல்கள், ஆகியவைகளைப் பற்றிய புத்தகங்கள் பெரிதும் கவர்ச்சி தருகின்றன. அலெக்சாண்டரின் ஆற்றல், ஜூலியஸ் சீசரின் வீரம், நெப்போலியனின் போரார்வம், பேரரசுகள் அமைந்த விதம், அழிந்த வகை, ஆகியவை பற்றிய நிகழ்ச்சி நிகண்டுகள் மனதைக் கவர்ந்ததுடன் தாய்நாட்டில், தமிழகத்தில், அத்தகைய மாவீரர்கள். மணிமுடி தரித்த மன்னர்கள், கடல் கடந்து சென்று வெற்றிக்கொடி நாட்டிய வேந்தர்கள்,

ஆகியவர்களைப் பற்றி அறிந்துகொள்ள வேண்டும். தாய்த் திருநாட்டின் தனிச்சிறப்பை உணர்ந்து உலகுக்கு உரைக்கவேண்டும், என்று ஆர்வம் கிளம்பி தமிழ்ச் சுவடிகளைத் துருவித்துருவிப் பார்க்கவும். தமிழ் அறிஞர்களிடமெல்லாம் பாடம் கேட்கவும் எண்ணம் பிறந்தது. அங்கொன்றும் இங்கொன்றுமாகச் சிறுகுறிப்புக்களும், இமயம் முட்டிய வீரத்தைப் பற்றிய இனிய பாடல்களும், கனக விசயன் தலையில் கல்லேற்றிய கதையும், கங்கையும் கடாரமும் கொண்டது பற்றிய கல்வெட்டுகளும், கரிகாலன், ராஜ ராஜன், குலோத்துங்கன், ஆரியப்படை கடந்த நெடுஞ் செழியன், ஆடலரசன், ஆட்டனத்தி, என்று வரும் பெயர்ப்பட்டியலும் கிடைத்தனவேயன்றி, மற்ற நாட்டு மாவீரர்களின் வரலாறுகள் போலக், கட்டுக்கோப்பாக இன்னமும் கிடைக்கவில்லை. கிடைக்காத காரணத்தால் செயலாற்றும் பக்குவத்தில் உள்ள வீர இளைஞர்களின் மனதைக் கவரக்கூடிய மகத்தான சாதனத்தைப் பெற முடியாமற் போய்விட்டது.

அபட், எழுதிய 'நெப்போலியன் வரலாறு,' கிப்பன் எழுதிய 'ரோம் சாம்ராஜ்யத்தின் எழுச்சியும் வீழ்ச்சியும்' எனும் இரு ஏடுகள், என் மனதைப் பெரிதும் கவர்ந்தன.

அடிமைத் தளையிலிருந்து விடுபட வீர போர்ப் புரிந்த நாடுகளின் வரலாறுகள், அவைகளிலே இடம் பெறும், ஆற்றல் மிக்கோரின் வாழ்க்கைக் குறிப்புக்கள், ஆபத்துகளைப் பொருட்படுத்தாமல் சொந்த வாழ்க்கையில் வறுமைத் தேள் கொட்டினாலும், பழி எனும் பாம்பு கடித்தாலும், பதறாமல், சலிக்காமல், விடுதலைப் போர் நடத்திய வீரச் செயல்களைப் படிக்கும்போது, கோழையும் வீரனாகிறான்--கூனனும் சற்று நிமிர்ந்து நிற்கிறான். 'சைமன் போலீவர் காரிபால்டி', ஆகியோர் பற்றிய புத்தகங்கள். என்னைப் பெரிதும் கவர்ந்திருக்கின்றன. அதே முறையிலே தீட்டப்படவில்லை என்ற போதலும், சிந்திச் சிதறிக்கிடக்கும் அளவிலேயும்,

'கட்டபொம்மு,' 'தேசிங்குராஜன்' ஆகியோரின் கதைகளும், 'நரசிம்ம பல்லவன்' காலத்தில் காஞ்சிபுரத்திலிருந்து பம்பாய் அருகேயுள்ள வாதாபி எனும் நகர்மீது படை எடுத்துச் சென்று, சாளுக்கிய மன்னன் 'புலிகேசி'யைத் தோற்கடித்த பரஞ்சோதியின் பேராற்றல் பற்றிய சிறு குறிப்புக்கள், என் மனதைப் பெரிதும் கவர்ந்துள்ளன.

நாடு அடிமைப்பட்டிருக்கும் நிலையிலே, விடுதலை வீரர்களின் கதைகள் மனதைக் கவரும் அளவுக்கு, விருதா கிடைத்தான பிறகு, அதே வகை ஏடுகள், உள்ளத்தைக் கவருவதில்லை. இரண்டாவது அல்லது மூன்றாவது மாம்பழம் சாப்பிடுவது போலாகி விடுகிறது.

பொதுவாகவே. வீரத்தைக் கண்டு வியந்திடும் பருவத்தைத் தாண்டி, வீரத்தால் விளைந்தது என்ன என்று கணக்கிடும் பருவம் செல்கிறோம், மீண்டும் புத்தகப் பட்டியல் மாறுகிறது. அந்நிலையில் வீரர்களின் வரலாறுகளைவிட நீதிக்காகப் போராடியவர்கள், மேட்டுக் குடியினரின் அட்டகாசத்தை எதிர்த்து நின்றவர்கள், புனிதப் போர்வை யில் உலவிய புலிகளிடமிருந்து, மனமருள் கொண்ட மான் கூட்டத்தை விடுவித்தவர்கள், நசுக்கப்பட்ட மக்களுக்குக் கை கொடுத்தவர்கள், ஆதிக்கப் பீடங்களான அரன்மனைகளையும், மடாலயங்களையும் அச்சமின்றி எதிர்த்து நின்று அறப்போர் நடத்தி மக்களின் நல் வாழ்வுக்குப் பாடுபட்டவர்களின் வரலாறுகள், மனதைக் கவருகின்றன. இந்த வரிசையில் அறியாமை இருளைக் கிழித்தெறிந்த அறிவுச் சுடர்; ஆதிக்கக் கோட்டையைத் தகர்த்தெரிந்த பகுத்தறிவுப் படைத் தலைவன், வக்கிர புத்தி கொண்ட வைதீகத்தின் வைரி, 'வால்டேர்', "அரசாங்கம் என்னை அழிக்க முயற்சிக்கலாம். படை பலம் பாய்ந்து வரலாம், உலகே கேலியும் செய்யலாம். எனினும் நீதியை நிலைநாட்டி, ஏழையின் கண்ணீரைத் துடைத்தே தீருவேன்" என்று வீர முழக்கமிட்டுப் போரிட்டு வெற்றி கண்ட இலக்கிய வீரன்,

'எமிலி ஜோலா', ஆகியவர்களின் வரலாறும், அவர்கள் அளித்து அறிவுரைகளைக் கொண்ட ஏடுகளையும் முக்கியமானதாகக் கருதுகிறேன். இதே முறையில், 'இங்கர்சாலின் பகுத்தறிவு வசனக் கவிதைகள் எழுச்சி யூட்டி என் மனதைக் கவர்ந்திருக்கிறது.

இயற்கை நுட்பங்களைக் கண்டறிந்து, மனித சமுதாயத்துக்கு உள்ள இன்னலைத் துடைத்து, இதம் தந்து, உலகைப் புதியதாய், வசதியதாய் ஆக்கித் தரும் விஞ்ஞான வித்தகர்களின் வாழ்க்கை வரலாறுகளும், ஆராய்ச்சிகளும் இன்றைய நிலையில் சுவையும், பயனும் தந்து மக்கள் உள்ளத்தைக் கவரவல்ல, அருமையான நூற்களாக அமைகின்றன.

தனி மனிதன் மட்டுமல்ல; உலகமே இந்த முறையிலே தான் அந்தந்தக் காலத்திற்கேற்ற முறையில் நூற்கள் மாறினாலும், இறந்தகால ஏடுகள் அனைத்தும் இறந்துவிடுவதில்லை.

'புத்தர்' துறவு, 'சாக்ரடீஸ்' வழக்கு மன்றத்தில் நின்று பேசுவது, 'ஏசு' சிலுவையில் அறைபடுவது, இளங்கோவடிக'ளின் துறவு, 'மனிமேகலை'யின் மன உறுதி. 'கண்ணகி'யின் கேள்விக் கணைகள், 'மாதவி'யின் மனநெகிழ்ச்சி, 'அசோக'னின் துக்கம், 'சகுந்தலை'யின் சோகம் போன்ற நிகழ்ச்சிக் கோவைகள் எப்போதுமே நெஞ்சை நெகிழச் செய்வன.

இன்னின்ன புத்தகங்களைப் படித்ததாக ஏற்பட்டால் தான், உள்ளத் தூய்மையும் மேதையும் இருப்பதாக உலகு கருதும் என்ற எண்ணம் கொண்டு சிலர், சில புத்தகங்களை குறிப்பிட்டுக் கூறுவதுண்டு எழுச்சியுடன்.

'திருவாசகத்துக்கு உருகாதார் ஒரு வாசகத்துக்கும் உருகார்.'

'திருப்புகழ் படிக்குமவர் சிந்தை வலிவாலே ஒருத்தரை மதிப்பதில்லை உந்தன் அருளாலே.'

ஆலும் வேலும் பல்லுக்குறுதி; நாலும் இரண்டும் சொல்லுக்கு உறுதி. நைடதம் புலவர்க்கு ஔடதம். கல்லாடம் படித்தவருடன் சொல்லாடாதே."--என்றெல்லாம் வழங்கப்படும் புகழ் மொழிகளைமட்டும் கொண்டே புத்தகப் பட்டியலைத் தயாரித்துவிட இன்றைய உலகம் தயாரில் இல்லை.

அறிவுத் துறையின் முனைகள் இப்போது ஒன்று பலவாகப் பெருகியபடி இருக்கிறது. பல்வேறு துறைகளிலே உள்ள பிரச்சினைகளிலே தெளிவும், பண்பாட்டுக்கு ஓர் விளக்கமும், சமுதாய அமைப்புமுறை, அரசு அமைப்பு முறை, அறநெறி ஆகியவைபற்றிய கருத்துரையும் ஒருங்கே கொண்டதாய் மக்களை, அறிவும் ஆற்றலும் அறமும் கொண்டவர்களாக்க வல்லதாய், அமைந்துள்ள பெருநூல் இன்று நமக்கிருப்பது திருக்குறள். நமது உள்ளத்தை கவருவது மட்டு மல்ல, திருத்தவும் உதவுவது. எனினும் அறிவு ஓர் தொடர்கதை-அதற்கு ஆசிரியர்கள், தொடர்ந்து தோன்றியபடி இருக்கிறார்கள்--இனியும் தோன்றுவார்கள்--உள்ளங் கவர் புத்தகங்கள் மேலும் பலப்பல வெளிவந்த படித்தான் இருக்கும்.

சொல்வதெல்லாம் செய்தல் சுதந்தரம்

சுகமாக வாழவேண்டும் என்ற எண்ணம், மக்கள் மனதிலே இயற்கையாகவும், தொடர்ந்தும், தோன்றுகிற முறையிலும் அளவிலும், சுதந்திரமாக வாழ வேண்டும் என்ற எண்ணம் தோன்றுவதில்லை. சுதந்திர வேட்கையே மக்கள் உள்ளத்திலே கிடையாது என்பதல்ல இதன் பொருள். சுதந்தரத்தைப் பற்றிய கருத்து அவ்வளவு தெளிவாகவும் வெளிப்படையாகவும் பேசப்படுவதில்லை.

பெரும்பாலான மக்கள் சுகமாக வாழவேண்டும் என்பதையே குறிக்கோளாகக் கொண்டிருக்கிறார்கள். அதுதவறும் ஆகாது. அந்தச் சுக வாழ்வுக்கு, என்ன வழி என்று சிந்தித்தபோது கிடைத்த பல எண்ணங்களிலே மிக முக்கியமானது சுதந்தரம் என்ற கருத்து.

ஆதி மனிதன், மிகமிகச் சுதந்தரபுருஷன்--அவன் வரி செலுத்தியதில்லை --அவனைக் கட்டுப்படுத்த எந்தச் சட்டமும் கிடையாது. *144*--வது செக்ஷனை அவன் அறியான், வழக்கு மன்றமும் கிடையாது. வாதாடும் முறை கிடையாது. சிறையோ சிரச்சேதமோ கிடையாது. இங்கே நுழையாதே; இதைத் தொடாதே; இப்படிச் செய்யாதே என்று அவன் ஆட்டிவைக்கப்பட்டதில்லை, கண்ணெதிரே தெரிந்த காட்டில் தன்னிச்சையாகத் திரிந்து, பசித்தால் புசித்து, அலுத்தால் உறங்கி, கோபம் வந்தால் கூவி, குதூகலம் வந்தால் ஆடிப்பாடிக் கொண்டுதான் இருந்தான்.

இந்தச் சுதந்தர வாழ்வு, நெடுநாட்களுக்கு அவனுக்குச் சுகவாழ்வு கிடைக்கும் வழி செய்யவில்லை. யாரும் அவளைக் கட்டுப்படுத்தவில்லை. ஆனால் அவனுடைய வாழ்க்கை மற்றவர்களின் வாழ்க்கை முறையுடன்

மோதவேண்டி நேரிட்டது. இயற்கையையும் அவர் எதிர்த்துத் தீரவேண்டி வந்தது.

சட்டம் மீறி அல்ல அவனுக்குத் தடை உத்திரவு பிறந்தது. காட்டில் உலவிய மிருகங்கள் மூலம், பல எதிர்ப்புக்கள் எதிர்பாரா ஆபத்துக்கள் ஏற்படலாயின, வாழ்வதற்காகப் போராடவேண்டி ஏற்பட்டது. வாழ்க்கைப் போட்டியிலும் ஈடுபடவேண்டி நேரிட்டது. தன்னை ஒத்த மற்றவர்களுடன். தன் சுகவாழ்வின் பாதுகாப்பைப் பற்றியும், அதனைக் கெடுத்திடக் கூடியவர்களை அடக்கித் தீரவேண்டிய அவசியத்தைப் பற்றியும், அதற்கு ஏற்றவிதமான முறைகள் பற்றியும் அவனே யோசிக்கவும், தீர்மானிக்கவும், முறைகள் வகுக்கவேண்டியவனானான், முதல் சட்டசபை கூடிற்று. சுதந்தர வாழ்வு சுகவாழ்வாக இருக்க வேண்டும் என்ற நோக்கத்துடன், இப்படி இப்படித்தான் நடந்து கொள்ளவேண்டும் என்ற விதிகள் வகுத்தான். முதல் சட்ட புத்தகம் ஏற்பட்டது. விதிகளை மீறி நடந்தால் கேட்பதற்கு, இவருக்கு அதிகாரம் என்று குறித்தான், முதல் மாஜிஸ்ட்ரேட் தோன்றினார். விதிகளை மீறாதிருக்கிறானா என்று கவனித்துக்கொள்ள வழி வகுத்தான். முதல் போலீஸ்காரர் உலவினார். தடைகளை மீறாதிருக்கவேண்டியதன் அவசியத்தை எடுத்துக்கூற ஏற்பாடு செய்தான். முதல் உபதேசியார் கிளம்பினார்; தடையை மீறினான், தவறு இழைத்தான் என்று வேண்டுமென்றே யார் மீதேனும் மற்றவர் பழி சுமத்தினால் கண்டறிந்து, தவறு செய்யவில்லை என்று காரணம் காட்டி வாதாட வழி செய்தான். முதல் வக்கீல் பேசலானார்; குற்றம் செய்தானா இல்லையா என்பதைச் சீர்தூக்கிப் பார்த்துத் தீர்ப்பளிக்கத் திட்டம் வகுத்தான், முதல் நீதிபதி நின்றார். இவ்விதமெல்லாம், முறைகளும், ஏற்பாடுகளும், திட்டங்களும் வகுக்கப்பட்டன. மெள்ள மெள்ள படிப்படியாக போலீஸ்காரர், உபதேசியார், வக்கீல், நீதிபதி, சிறைக்காவலர், ஆகியோர் சூழ்ந்து கொண்டனர். இவ்வளவும் அவனாகத் தேடிக் கொண் டமை. எல்லாம் சுதந்தரத்தை இழந்துவிடவேண்டும் என்ற எண்ணங்கொண்டு

அல்ல; அடிமைப் புத்தி ஏற்பட்டதால் அல்ல; சுதந்திரத்தின் விளைவாகச் சுக வாழ்வு கிடைக்கவேண்டும் என்ற ஆர்வத்தின் காரணமாக. இவ்வளவுக்கும், இன்று இருப்பது போலத் தனித்தனி ஆட்கள் அல்ல; ஆதி நாட்களில், இந்த அதிகாரம் அவ்வளவும் ஒரே இடத்தில்; ஒரே ஆளிடம் குவிந்துவிட்டது.

அவனே காட்டுராஜா--அவனுடைய சொல்லே சட்டம் அவனுடைய கூர்ந்த கண்களே போலீஸ்--அவன் சிரித்துப் பேசும் போது, உபதேசியார் கோலம். சீறிப் பேசும்போது மாஜிஸ்ட்ரேட் உருவம். ஆதரவு காட்டும்போது வக்கீல் வடிவம். இவ்வண்ணம், அவனே சகலமுமாக இருந்து வந்தான்,

மக்களின் சுகவாழ்வு, அவனுடைய வலிவையும், நேர்மையையும் பொறுத்திருந்தது. நீதியை நிலைநாட்டக் கூடிய அளவு வலிவும் மக்களின் சுக வாழ்க்கைக்காகவே, தன்னிடம் அதிகாரம் தரப்பட்டிருக்கிறது என்கிற நேர்மை உணர்ச்சியைப் பொறுத்துமே, மக்களின் சுக வாழ்வு இருந்தது.

சில காலத்துக்குப் பிறகு, அவன் தன் வலிவையும், பதவியையும் மட்டும் பெரியதென, முக்கியமானதென, எண்ணத் தொடங்கினான். மக்களின் நலனையும் நேர்மை உணர்ச்சியையும் கைவிட்டு விட்டான்.
கொடுங்கோலனானான். அதற்கும் சில காலத்துக்குப் பிறகு வலிவுகூட அல்ல முக்கியமான தேவையாக இருந்தது; வெறும் பதவியே போதுமானதாகிவிட்டது, கேடு செய்ய, சுக வாழ்வுக்காகத் தேடிக் கொண்ட சாதனமே பிறகு, சுதந்தரத்தைச் சூறையாடும் சக்தியாகிவிட்டது. உணர்ந்தோர் எதிர்க்கலாயினர். புரட்சி பூத்தது. உணர முடியாதோர் திகைத்தனர். அடிமைத்தனம் முளைத்தது. இந்த மூன்று சக்திகளுக்குமிடையே இருந்துவந்த தொடர்புதான்

வரலாற்றிலே குறிக்கப்பட்டுள்ள பெரும்பாலான சம்பவங்கள்.

வானத்தில் வட்டமிடும் பறவை இரையும் இருப்பிடமும் தேடி பலவற்றைக் கண்டு ஏதேனும் ஒன்றினைக் கொண்டு மகிழ்தல்போலச், சிந்தனைத் திறம் படைத்த மனிதன், சுக வாழ்வுக்கான சாதனங்கள் யாவை என்று தேடிய வண்ணம் இருந்து வந்திருக்கிறான். பல தவறுகளை இழைத்திருக்கிறான். வட்டமிடும் பறவையைக் கொத்தவரும் வல்லூறுபோலச் சுகவாழ்வு தேடிய மனிதனை கொடுங்கோலர் வதைத்துமிருக்கிறார்கள், பல கஷ்டங்களுக்குப் பிறகு, மக்களாட்சி முறையே, சுகவாழ்வுக்குச் சரியான சாதனம் என்று முடிவு செய்திருக்கிறான்.

காட்டு அரசன் கெட்டவனானபோது, இந்த அரசன் அக்கிரமக்காரன், பாபி--இவன் ஒழிந்தால் போதும்--இவன் தம்பி நல்லவன்--மகன் சாது--தம்பியோ மகனோ பட்டத்துக்கு வந்தால் இப்படிக் கொடுமைப் படுத்தமாட்டான்; சுதந்தரத்தை அழிக்கமாட்டான்--சுகவாழ்வு கிடைக்கும் என்ற பெருமூச்சுடன் பேசலாயினர். அதாவது ஆளை மாற்றிவிட்டால் போதும்; அநீதி அழிந்து விடும்; நிம்மதி ஏற்படும் என்று எண்ணினர்.

ஒவ்வொரு காட்டரசனிடமும், ஏதேனும் ஒருவித கெட்ட நடவடிக்கை இருக்கக்கண்டு சலித்துச் சலித்துப் போயான பிறகுதான், அரசனாக இருப்பவனுக்கு, மட்டற்ற அதிகாரத்தைத் தந்திருப்பதால், அவனுக்கு நிகர் யாரும் கிடையாது. அவன் ஆண்டவனுக்கு பதில் கூறவேண்டியவனேயொழிய, மக்களுக்கு அல்ல என்ற தத்துவம் இருக்கும் வரையில், யார் அரசனாக வந்தாலும் அக்கிரமம் செய்யத்தான் துணிவான்--சுதந்திரத்தை அழித்துக் கொண்டு தான் இருப்பான்--அரசனின் அதிகாரத்தை மட்டுப்

படுத்த வேண்டும்; கட்டுப்படுத்த வேண்டும்--அக்கிரமம் செய்தால் கேட்பதற்கும் திருத்துவதற்கும் வழிவகை இருக்கவேண்டும். அப்போது தான் சுதந்தரம் நிலைக்கும்; சுகவாழ்வு தழைக்கும் என்று பேசலாயினர். தட்டிக்கேட்க ஆளில்லாவிட்டால் தம்பி, சண்டப் பிரசண்டனாவான் அல்லவா? அம்முறையில், அரசனின் அதிகாரத்தை அளவுப்படுத்திப் பார்த்தனர்.

பிறகு இந்த முறையும், சுதந்தரத்தைச் சூதுமதியினர் சூறையாடுவதைத் தடுக்க உதவவில்லை. எப்படியோ, அரசனானால், தன் அதிகாரத்தைக்கொண்டு மக்களை அச்சமூட்ட, அடக்க முடிந்தது.

எவ்வளவுதான் கட்டு, காவல் வைத்தாலும், அதிகாரத்தை மட்டுப்படுத்தனாலும், பயனில்லை. ஒருவன் அரசன் என்ற பதவியைப், பிறவி காரணமாகவே பெற்று விடுகிறான்--அறிவால் அல்ல--ஆற்றலால் அல்ல--நற்பண்பினால் அல்ல. இந்த நிலை இருக்கும் வரையில் சுதந்தரம் தழைக்காது. மக்களின் சுதந்தரம் காக்கப்பட வேண்டுமானால். மக்களாட்சி ஏற்பட வேண்டும். ஓநாயைச் சாதுவாக்கி ஆட்டுக்குக் காவல் வைக்கவும் முடியாது. உருத்திராட்சம் அணிந்தாலேயே பூனை, போதகாசிரியனாகிவிடாது என்று கூறினர், மக்களை மக்களே ஆளவேண்டும். மக்களிடமிருந்தே சகல அதிகாரமும் பிறக்கிறது. மக்களுக்காகத்தான் ஆட்சியே தவிர, ஆட்சி செய்பவர்களின் அட்டகாசத்துக்கு இரையாவதற்காக, மக்கள் இல்லை, என்று பேசினர். மக்களாட்சி அமைக்கப்பட்டது.

மக்களாட்சி அமைக்கப்பட்ட பிறகுதான், ஆட்சிக்கு வருமுன்னம் மக்களுக்கு இன்னின்ன நன்மைகள் செய்கிறோம்; தொழிலை வளமாக்க, செல்வத்தைப் பெருக்க, புதிய பல திட்டங்கள் உள்ளன என்று பேசவும், ஆசைக் காட்டவும் முன் வந்தனர். கட்சிகள் ஏற்பட்டன. மக்கள் மன்றத்திலே இடம் பெறும் முறை அமைக்கப்பட்டது. ஆட்சி

மன்றம் ஏறு முன்னம் "அன்பரே! நண்பரே! ஆருயிர்த் தோழர்களே! எமக்கு ஆதரவு தந்துபாரும் வரி குறையும்; வளம் அதிகரிக்கும்--காடு மேடுகள் வயலாகும் காட்டு முறை ஒழியும்; இரும்புத் தொழிலும் ஏனைய தொழில்களும் எங்கும் ஓங்கும்-வறுமை நீங்கும். வாட்டம் தொலையும்--தேனும் பாலும் தெருவெல்லாம் ஓடும்--என்று பலப்பல பேசிவிட்டு--மமதைக் கொள்ள மாட்டோம். மக்களை மதித்து நடப்போம்; சீறிடமாட்டோம்; மக்களின் சித்தத்தின்படி நடப்போம்--ஊராள வந்து உறுமிக்கொண்டிரோம், உமது நன்மை ஊழியராக இருப்போம்; அடக்குமுறை வீசோம்; அன்பு நெறியைக் கொள்வோம்" என்று இன்பமொழி பலபேசி--ஆட்சிமன்றம் ஏறிய பிறகு, புரு வத்தை நெறிக்கவும், கையை விரிக்கவும், முடுக்காக நடக்கவும், மக்களின் உரிமையை நசுக்கவும் முனைந்தால், மக்கள் மனவேதனையடைவர். அந்த வேதனையைத் தீர்த்துக் கொள்ளவும், அதிகார வெறி கொண்டோரை அடக்கவும், அடுத்த தேர்தல் வரட்டும் வரட்டும் என்று கூறிக்கொண்டு, நாள் எண்ணிக்கொண்டு இருந்து, அடுத்த தேர்தலின்போது, ஆளவந்தார்களை வீட்டுக்கு அனுப்பிட மக்களுக்கு அதிகாரமும் வசதியும் இருக்கிறது--மக்கள் ஆட்சியில்.

ஆனால இதற்கு, பொதுப் பிரச்சினைகளில் கவலை செலுத்தும் பண்பு வேண்டும். உள்ளொன்று வைத்துப் புறமொன்று பேசாத உயர் குணமும், அச்சம் தயைதாட்சணியத்துக்குக் கட்டுப்பட்டுக் கடமையை மறந்து விடாதிருக்கும் ஆற்றலும் வேண்டும். இவைகளை எல்லாம் விட மிகமிக முக்கியமாகத், தங்கள் எண்ணத்தையும் கவலையையும் வேறு பக்கம் திருப்பி விட்டுவிடக் கூடிய பிரசாரத்தை நம்பி, அதற்குப் பலியாகிவிடாத, பண்பு வேண்டும்.

திறமை மிக்க ஓவியக்கலைஞன், திரையில் தீட்டிய தீங்கனி குலுங்கும் மரத்தின் காட்சியைக் கண்டு உயிர்ப்பறவை

மயங்கி, கனியை அங்கு வட்டமிடும் காட்சிப்போல, தந்திரமான பிரசாரத்தால் மயங்கிடும் மனப்பான்மை பொது மக்களிடம் இருக்குமானால், மக்களாட்சிக் காலத்தில், சாதுர்யக்காரர்கள் சர்வாதிகாரமும் பெறமுடியும். சுதந்திரத்தைக் கேலிக் கூத்தாகிவிட முடியும். ஆகவேதான் இந்நாட்களிலே, மக்களின் சுதந்தர வாழ்வுக்குச், சிந்தனைத் தெளிவுதான் மிகவும் அடிப்படையாகத் தேவைப்படுகிறது.

ஆடு மாடுகளை விற்பதுபோல, மனிதர்களை அடிமைகளாக விற்றுவந்த கொடுமை நிரம்பிய காலத்தையும், சவுக்கு கொண்டு அடித்து, இரும்புச் சங்கிலிகொண்டு பிணைத்துத் தொழுவத்தில் கட்டிப்போட்டு அடைத்து வேலை வாங்கிவந்த, வேதனை நிரம்பிய காலத்தையும், இம்மென்றால் சிறைவாசம், ஏனென்றால் வனவாசம் என்று ஆர்ப் பரித்த தூக்கு மேடையைத் துரைத்தனத்தின் முதல் மந்திரியாகக் கொண்டு, கொடுங்கோலாட்சி புரிந்த மன்னர்கள், ரணகளச் சூரர்கள் காலத்தையும் கடந்து மக்களாட்சி முறையெனும் இக்காலத்துக்கு வந்துசேருவதற்கு, நடாத்திய பயணம் மிகமிக நீண்டது. நெஞ்சுருகும் சம்பவங்கள் பலப் பல கொண்டது; மிக மிக சிரமமானது, இந்தப் பயணத்திலே மனிதன் சிந்திய இரத்தமும் கண்ணீரும் கொஞ்சமல்ல. பல சுடலைகளைக் கடந்து இந்த நிலைக்கு வந்தான், பல போராட்டங்களுக்குப் பிறகு. பல முறை திகைத்திருக்கிறான், பலமுறை தியாகத்தீயிலே குளித்திருக்கிறான். பயணம் மட்டும் தொடர்ந்து நடந்த வண்ணம் இருந்தது. வீழ்ந்தவர்போக, மற்றவர்கள் பயணத்தைத் தொடர்ந்து நடத்தினர்; வெற்றியும் பெற்றனர்.

உயர்ந்த ஜாதிக்காரர், கொழுத்த பணக்காரர், தேர்ந்த தந்திரக்காரர், மிகுந்த வடிவுள்ளவர் என்று எந்தக் காரணத்தைக் கொண்டாகிலும் ஒருவர் மற்றவர்மீது ஆதிக்கம் செலுத்துவதற்கு வழி அமைந்து விடுமானால், அங்கு ஏட்டிலே எவ்வளவுதான் சிறந்த முறையில் சுதந்தரத்தின்

கோட்பாடுகள்-சாசனம்-தீட்டப்பட்டிருப்பினும், உண்மையான சுதந்தரம் மலராது நிலைக்காது.

ஒரு சிலர், உயர்ந்த ஜாதியினர் என்று கூறப்பட்டு, மக்களால் நம்பப்பட்டு, அந்த நம்பிக்கை முறியாதிருக்க ஏற்பாடுகள் பலப்படுத்தப்பட்டு விடுமானால், பிறகு அவர்கள் மற்ற மக்களைத் தமது இஷ்டம்போல் ஆட்டிப்படைக்க முடியும். செல்வத்தால் கிடைக்கும் சக்தியைக் கொண்டு சுதந்தரத்தைச் சூறையாடிவிட முடிகிறது. இவரை எதிர்த்து நாம் என்ன செய்ய முடியும்? அவர் நம்மைப் பணத்தாலேயே அடித்தும் கொன்றும் விடுவார், என்ற அச்சம் பிடித்தாட்டும்போது, சுதந்திரமாகச் சிந்திக்கவோ, நடந்து கொள்ளவோ எப்படிச் சாத்தியமாகும்?

எனவே, மனிதருக்குள் பேதத்தையும் அச்சத்தையும் மூட்டக்கூடிய, வளர்க்கக்கூடிய எந்த ஏற்பாடும், சுதந்தரத்தின் பரம விரோதிகளே.

ஜெபமாலை, இரும்புப் பெட்டி, எதைக் கருவியாகக் கொண்டாலும், சரி, இவைகள் மூலம் ஆதிக்கம் செலுத்தும் நிலை இருக்குமட்டும் மனித சுதந்தரம் பறிக்கப்பட்டுத்தான் போகும். இத்துடன், மக்களாட்சிக் காலத்திலே கூர்மையாகிவிட்ட, பேனா முனையும் சேர்ந்துவிட்டால், சுதந்தரத்தை சுலபத்திலே குறையாடிவிட முடிகிறது.

பேச்சுச் சுதந்தரம், எழுத்துச் சுதந்திரம். மதச் சுதந்தரம்; ஏட்டில் இருக்குமளவுக்கு நடை முறைக்கு வருவதில்லை.

சொல்லுகிறபடி செய்யவேண்டும் என்ற எண்ணம் ஆட்சியாளர்க்கும், சொன்னபடி செய்யக்காணோம் ஏன்? என்று கேட்கும், விழுப்புணர்ச்சி மக்களுக்கும் ஏற்படவேண்டும். இந்த ஆளவந்தார்களைப் போல மக்களைச் சீர்கேடான

முறையிலே நாங்கள் நடத்த மாட்டோம்; சுதந்திரத்தை பறிக்க மாட்டோம் எம்மை ஆட்சியாளராக்கினால் என்று கூறி, பொது மக்களின் ஆதரவைத் திரட்ட மற்றோர் கட்சி இருக்கிறதென்றால்தான் ஆள்பவர்கள் மக்களின் சுதந்தரத்தை மதித்து நடக்க முன் வருவார்கள்.

இவைகளைச் சாதிக்க, மக்களுக்கு உள்ளத்தில் உரம் வேண்டும். உணவு, உடை, உறைவிடம் எனும் இம்மூன்று அடிப்படைத் தேவைகளைப் பெறுவதற்கே உடலும் உள்ளமும் உருக்குலையும் அளவு பாடு பட்டால் தான் முடியும் என்ற கேவல நிலையில் மக்கள் இருந்தால் அவர்களுக்கு உள்ள உரம், எப்படி ஏற்படும்.

அரிசிப் பஞ்சமும் அமெரிக்கா நாட்டுப் பிரச்சினையும் ஒருசேர மக்களின் முன் வந்து நிற்கும்போது, அமெரிக்கத் தேர்தலைப் பற்றி அல்ல. அரிசி விஷயமாகத்தான் மக்களால் அதிகமான அக்கரை காட்டமுடியும்.

மக்களாட்சி முறைக்குத் தேவையான, தேர்தல் யந்திரத்தையே விலைக்கு வாங்கி விடக்கூடிய அளவு பொருளாதார பலம் சிலரிடமும், செக்குமாடென உழைத்தால்தான் வாழவே முடியும் என்ற நிலையுள்ள பொருளாதார பீடை பலரிடமும் இருக்கும் பொருளாதார பேதமுறை ஒழியவேண்டும்

இவ்வளவும் நடைபெற்றால்தான், உண்மைச் சுதந்தரம் மலரும்--மக்கள் சமுதாயம் மிக்க கஷ்டப்பட்டுக் கண்டுபிடித்த மக்களாட்சி முறை, இன்ப புரிக்கு ஏற்ற இலட்சியப் பாதையாகும், நாடு புன்னகை பூங்கா வாகும்.

விதிக்கு அடிமைத்தனம்

ஓரிரு நூற்றாண்டுகள் அந்நிய ஏகாதிபத்தியத்திடம் சிக்கிச் சீர்குலைந்திருந்த தாயகம் விடுதலைபெற்று விட்டதை உலகுக்கு உவகையுடனும், பெருமிதத்துடனும் அறிவித்துவிட்ட நாம்--அடிமைத்தனம் அடியோடு, பூண்டோடு அழிந்துவிட்டதா? இன்னும் ஏதோனும் நமக்குத் தெரிந்தும் தெரியாமலும், அடிமைத்தனம் நம்மிடம் இருந்து கொண்டு நம்மை ஆட்டிவைக்கிறதா என்று, நம்மை நாமே கேட்டுக் கொண்டாக வேண்டும்--கண்டு பிடித்தாக வேண்டும்--காரணம் தெரிந்தாக வேண்டும். நாம் இதைச் செய்யாவிட்டால்--நமக்கு முழு வாழ்வும் புது வாழ்வும் கிட்டாது என்பது மட்டுமல்ல, நானிலம் நகைக்கும். அதோ பார்! விழிகளில்லா குருடன் விலங்கொடித்தேன் என்று வீரம் பேசுகிறான்! தன்மீது பூட்டப்பட்டுள்ள வேறு விலங்குகளை உணராமலேயே, என்று கேலி பேசும்.

எனவேதான், நாம் ஏதேதற்கு அடிமைப் பட்டிருந்தோம்--எதையெதை நீக்கிவிட்டோம்--மேலும் நீக்கப்படவேண்டிய அடிமைத்தனம் என்பது பற்றி, நம்மிலே நேர்மையில் நாட்டமும், நெஞ்சில் உரமும் கொண்டவர்கள் சிந்தித்துச் செயலாற்ற வேண்டியது மிகமிக முக்கியமான கடமையாகிறது.

அடிமைத்தனம் ஓர் கூட்டுச்சரக்கு. அடிமைத்தனம் ஏற்படுவதற்காண காரணங்களை ஆராய்ந்தாலும், அடிமைத்தனம் என்பது ஒரு கூட்டுச்சரக்கு என்பது தெரியும்.

கந்தசாமிக்குக் கடும் ஜூரம், ஜூரத்தின் காரணமாகக் கைகால் பிடிப்பு, கண்ணில் பஞ்சடைப்பு மார்பிலே வலி இவ்வளவும். ஜூரத்தைப் போக்க மருந்திடுகிறார் மருத்துவர் ஜூரம்

போகிறது--மறைகிறது--முகம் மலருகிறது. ஜூரம் போய்விட்டது வைத்தியரே! ஆனால் கை கால் பிடிப்பும், மார்பு வலியும் போகக் காணோம். மேலும் ஏதோ ஓர்வகை புதுவிதமான அலுப்பும் ஏற்பட்டிருக்கிறது என்று கந்தசாமி கூறுகிறான். ஆமப்பா கந்தசாமி! இப்பொது நான் நாலு நாட்கள் கொடுத்த சூரணம் ஜூரத்தை போக்க மட்டுந்தான். இனித்தரப்போகும் மருந்தினால்தான் கை கால் பிடிப்பும் மார்பு வலியும் அலுப்பும் நீங்கும்; இரத்த சுத்தி ஏற்படும். புதிய பலம் உண்டாகும் என்று கூறுகிறார். நல்ல மருத்துவர் இதைக் கூறுவார். நல்லறிவுள்ள நோயாளி இது போலவே நடப்பார். ஜூரம் என்பது உடலிலே முள் தைத்தது போலத் திடீரென உடலுக்குள் புகுந்தது அல்ல. முள்ளை எடுத்து விடுவது போல் ஜூர நோயை மட்டும் நீக்கிவிட- ஜுரம் என்பது கூட்டுச்சரக்கு. அடிமைத்தனமும் அது போன்றதே. அந்நிய ஆட்சி கடும் ஜூரம் போன்றது. அது நீங்கி இப்போது.

விதிக்கு நாம் அடிமைபட்டது அந்நியனுக்கு அடிமை பட்டதற்குப் பலப்பல நூற்றாண்டுகளுக்கு முன்பே, விதி நமது பரம்பரை நோய்--பூர்வீகச் சொத்து, ஆஸ்ரமத்திலே பிறந்தது; அரண்மனையிலும், குடிசையிலும்; சரி சமமாசட்படர்ந்த பழம் பெரும் நோய். ஜொலித்திடும் சாம்ராஜ்யங்களும், மணங்கமழும் கலைநயங்களும், காவியமும் வீரமும்--செல்வமும் மேலோங்கியிருந்த நாட்களிலேயே இந்த நோய் நம்மைப் பிடித்து ஆட்டிப் படைத்தது. ஆனால் புண்ணின் கெட்ட வாடை வெளியே தெரியாதிருக்க; பன்னீர் கொண்டு அதனைக் கழுவி புனுகு பூசி, மறைத்திடுதல் போல. நாம் சாம்ராஜ்யச் சிரப்பு, கலையழகு என்னும் பல்வேறு பூச்சு வேலைகளினால் புண்ணின் கெட்ட வாடையைக் குறைத்துப் பார்த்தோம் மறைத்துப் பார்த்தோம் போக்கிட முயற்சிகாவில்லை.

விதி, கர்மம், வினை தலையெழுத்து என்று பல்வேறு பெயர்களால் குறிக்கப்படும் இதனை, பழம் வியாதி என்று

கூறுவது தவறு பண்டைய நாட்களிலே, இருந்து வந்த பெரியவர்கள், தவச் சிரேஷ்டர்கள், வேத விற்பன்னர்கள் விதியை நம்பினர்; விதியின் வலிமையையும், அதனை மாற்றீட மானிடனின் சிறுமதி பயன்படாது என்ற உண்மையையும் தத்துவமாகவும், உவமானத்துடனும், கதை வடிவி லும், காவிய உருவிலும் கூறினரே கசடனே! அவர்கள் கூற்றுப் பொய்யா? அந்த நாளில் அவர்கள் கண்ட தத்துவத்தைத் தகர்க்க உன்னால் ஆகுமா?அதனைச் சந்தேகிப்பது தகுமா? அதை ஒழித்தாக வேண்டும் என்று பேசும் அளவுக்கு உனக்குத் துணிவா? என்று கேட்கத் தோன்றும் பலருக்கு அல்ல சிலருக்கு. ஆனால் அந்தச் சிலரும் நேரடியாகக் கேளார். பழங்காலத்திலிருந்து விதி எனும் தத்துவம் இருந்த காரணத்தாலேயே அந்தத் தத்துவம் நீக்கப்பட முடியாதது; கூடாதது; என்று யாரும் வாதிட முடியாது. கனியும் அழுகுவது காண்கிறோம்...அந்த அழுகிய பழத்திலே பிறகு புழு நெளியபும் காண்கிறோம். மதுரம் தரும் பழமாயிற்றே. நமது தோட்டத்திலே கிடைத்த தாயிற்றே இதிலே நெளிவது புழுவாக இருக்க முடியாது; பழத்திலே சுவை இருக்கும்; புழு எப்படி இருக்கும் என்று யாராவது வதாடுவார்களா? பழம் அழுகுவது போல, மலர் கசங்கி மணத்தை இழந்து பிறகு கெட்ட வாடை கொள்வதுபோல தழை சருகு ஆவது போல, கட்டடங்கள் கலனாகிக் குப்பை மேடு ஆவது போல, பலப்பல தத்துவங்களும், ஏற்பாடுகளும காலச்சிறையிலே கிடந்து கிடந்து கெடுவதும், பல கேடுகளை உற்பத்தி செய்வதும், இயற்கையாக ஏற்படும் ஓர் நிகழ்சி; இதனை உணர மறுப்பது உலகை அறியாதார் போக்கு.

விதி, ஒரு நோய்; நெடுநாளாக மனித சமுதாயத்தில் இருந்து வருவது. அதன் பிடியும், வேகமும் குறைக்கப்படுவதற்கு மற்ற நாட்டினர் எடுத்துக்கொண்ட முயற்சிகளின் அளவையும், திறத்தையும்விடச் சற்று அதிகமான அளவிலும், திறத்திலும் நாம் விதியெனும் நோயைக் குறைக்க அல்ல-- வளர்த்திட வேலை செய்துகொண்டிருந்தோம்.

அதனாலேதான் விதிக்கு அடிமைப்பட்டிருக்கும் நிலை, இங்கு மிக மிகக் கவலைதரும் அளவுக்கு இருக்கிறது.

கண்முன் நடைபெறும் பல நிகழ்ச்சிகளுக்குக் காரணம் கண்டுபிடிக்கத் தெரியாத பருவம் குழந்தைகளுக்கு. ஆனால் காரணம் கண்டு பிடிக்கும் திறமை ஏற்படாவிட்டாலும் சிந்திக்காமலிருப்பதில்லை.

அன்பையும்--அன்னத்தையும் ஒன்றாகக் கலந்து. வானத்திலுள்ள நிலவையும் காட்டிக் குழந்தைகளுக்குத் தாய் சோறிடும் போது, குழந்தையும் நிலைவைப் பார்க்கிறது. ஏதேதோ எண்ணத்தான் செய்கிறது. மழலை மொழியில் ஏதேதோ சொல்கிறது. ஏதேதோ கேள்விகளைக் கேட்கிறது.

யாரம்மா இவ்வளவு அழகான விளக்கை அவ்வளவு உயரத்திலே ஏற்றி வைத்திருக்கிறார்கள். அந்த ஒரு விளக்கைச்சுற்றி ஏனம்மா அவ்வளவு சிறு சிறு விளக்குகள் உள்ளன? என்று கேட்கிறது.

அம்மா அந்தச் சந்திரனைப் பிடித்துத் தா? நான் பந்தாட வேண்டும் என்று கேட்கிறது இன்னொரு குழந்தை. நிலவையும் பார்த்துவிட்டுத் தன் அன்னையின் திருமுகத்தையும் பார்த்து, இரண்டுக்கும் என்ன வித்தியாசம் என்று யோசிக்கிறது இன்னோர் குழந்தை.

குழந்தை உள்ளத்திற் குமுறி எழும் எண்ணங்கள் வேடிக்கை யானவை--ஆனால் முடிவுகளல்ல; ஆசை அலைகள் அவை, மனித சமுதாயத்தில் குழந்தைப் பருவத்திலேயும் இதேபோலத்தான் ஒவ்வொரு நிகழ்ச்சிக்கும். இயற்கைக் காட்சிக்கும் ஏதோ ஒரு வகையான காரணம் தேடி அலைந்து,

பலப்பல விசித்திரமான காரணங்களை, விளக்கங்களை மனித சமுதாயம் எண்ணிற்று--பேசிற்று--நம்பலாயிற்று.

மனித சமுதாயத்தில் பாலப் பருவத்தில் கிடைத்த பல உண்மைகள், இன்று உண்மைகள் என்று உலகினரால் ஒப்புக்கொள்ளப் படுவதில்லை. பர்மாவை ஜப்பானியர் பிடித்தபோது, அவர்கள் வெளியிட்ட நோட்டுகள் எப்படி இன்று பர்மாவில் செல்லுபடியாகாதோ, அதுபோலச் செல்லுபடியாகாத நோட்டுகளைச் சேகரித்து வைத்துச் சிறு பிள்ளைகள் விளையாடினால், கேடு அதிகம் இல்லை; அந்த நோட்டுகள் செல்லுபடியாக வேண்டும் என்று வாதாடினால், நாட்டுக்கு எவ்வளவு பெரிய தொல்லை. அதுபோல மனித சமுதாயத்தின் சிறுபிள்ளைப் பருவ எண்ணங்களை--ஏற்பாடுகளை--தத்துவங்களை--விளக்கங்களை இன் னும் நம்பித்தான் தீரவேண்டும். அவைகளுக்குக் கட்டுப்பட்டுத்தான் ஆகவேண்டும் என்று வாதிடுவது எவ்வளவு பெரிய கேடு என்பதை எண்ணிப் பார்க்கவேண்டும். எதிர்பார்ப்பதற்கு நேர்மாறான நிகழ்ச்சிகளைக் காணும்போது சாதிக்க முடியும் என்ற நம்பிக்கையுடன் துவக்கப்பட்ட காரியம், நல்ல முயற்சிக்குப் பிறகும் முறிகிறபோது, போட்ட கணக்குப் பொய்யாகும்போது, விதைத்து முளைக்காதபோது, நண்பர்களிடமிருந்து பகை கிளம்பும்போது, ஓவியம் தீட்டுகையில், வண்ணக் கலயம் உடையும்போது, வீணையை மீட்டும்போது நரம்பு அறுந்து, அறுந்த நரம்பு வேகமாகக் கண்ணில் பாயும்போது, இவைபோன்ற திகைப்பூட்டும் சம்பவங்கள் மனதைக் குழப்பும் நிகழ்ச்சிகள் நேரிடும்போது, மனம் ஒடியுமோ என்று மருளும்போது ஏதேனும் ஓர்வகை ஆறுதல் தேவைப்படுகிறது. அப்போது விதியெனும் தத்துவம் வெற்றிச் சிரிப்புடன் மக்கள் உள்ளத்திலே புகுந்து கொள்ளுகிறது. குடி புகுந்த பிறகு விதிதான் எஜமானன். அந்த எண்ணத்துக்கு இடமளித்தவன், அதற்கு அடிமை. அடிமையை ஆட்டிப் படைக்கிறது விதி. பிறகு தெய்வீக மூலாம்

பூசிவிட்டனர் விதியென்ற தத்துவத்திற்கு. ஆகவேதான் அதனை உதறித் தள்ள நெஞ்சு உரம் பலருக்கு வருவதில்லை.

மேலுலகத்தில் ஏதோ ஓர் பெரும் ஏடு இருப்பது போலவும், அதிலே பூலோக வாசி ஒவ்வொருவரின் வாழ்க்கைக் குறிப்பும் முன்கூட்டியே எழுதி வைக்கப்பட்டிருப்பது போலவும், அதன்படித்தான் சகல காரியமும் நடைபெறும் என்றும் கூறப்படுகிறது. பழவழிகளில் இந்த நம்பிக்கையைப் பலப்படுத்தினர். எவ்வளவு பெரிய கேடு செய்கிறோம் என்பதை அறிந்தார்களோ இல்லையோ, மனிதன் மனதை முடமாக்குகிறோம்; கருத்தைக் குருடாக்குகிறோம் என்று தெரிந்து செய்திருந்தால், அவர்கள் மாபெரும் துரோகிகள்; தெரியாமல் செய்திருந்தால் ஏமாளிகள். கபட ராயினும், கசடராயினும் அவர்கள் கட்டிவிட்ட கதைகள் இந்த நாட்டு மக்களைத் தலைமுறை தலைமுறையாகக் கெடுத்து விட்டது--தன்னம்பிக்கையைத் தகர்த்து எறிந் தது--முயற்சிகளை முறியடித்தது--முற்போக்கைக் கெடுத்தது.

அதோ ஓர் அழகு மங்கை; வயது பதினெட்டு; ஐயோ என்று அலறுகிறாள்; அவளைத் தொட்டுத் தாலிகட்டிய கிழவன் இறந்ததால், வாழ்வு கருகிற்றே என்று வேதனையால்.

விதியடி அம்மா விதி--பலர் கூறுகிறார்கள். எரியும் கொப்பரையாக உள்ள அவள் மனதிலே எண்ணெய் ஊற்றுகிறார்கள். இந்தக் கிழவனுக்கு--சாக்காட்டை நோக்கி நடக்கும் வயோதிகனுக்கு என்னைத் தாரமாக்கினீர்களே--தர்மமா, என்று துணிந்து கேட்டுவிடுகிறாள் ஓர் அறிவழகி.

அது உன் எழுத்தடியம்மா எழுத்து--நீ வந்த வழி--உனக்கு உள்ள விதி-- உடனே பதில் கிடைத்து விடுகிறது.

எலும்பு முறியப் பாடுபடுகிறேனே, ஏழையாக வதைகிறேனே என்று ஓலமிடுகிறான் பாட்டாளி--நீ கொடுத்து வைத்தது அவ்வளவுதான்--உடனே பதில் கிடைத்து விடுகிறது.

கடைவீதிக்குச் செல்கிறோம், கையில் பணத்துடன் கடைவீதி போய்ச் சேருவதற்குள் கடைவீதியிலே உள்ள பண்டங்களே மாறிவிடக் கூடும். விலையும் வித்தியாசமாகிவிடக் கூடும். அதுமட்டுமல்ல, எடுத்துச் செல்லும் காசும் செல்லுபடியாகாததாகி விடலாம்; குறையக் கூடும்; மறையக் கூடும்; இதிலே எது--எப்போது நேரிடும் என்று தெரிந்துகொள்ள முடியாது. இவற்றில் எதையும் தடுக்கவும் முடியாது என்றால், கடைவீதி செல்பவனின் கருத்தும் காரியமும் என்ன ஆகும்? இந்நாட்டு மக்களில், பெரும்பான்மையினருக்கு, வாழ்க்கைச் சந்தை இதுபோலவே அமைந்து விடுகிறது.

முயற்சி பலனளிக்காதபோது, திட்டம் தகர்ந்துவிடும் போது, நோக்கம் ஈடேறாதபோது, என் முயற்சி பலிக்கவில்லை; திட்டம் ஏன் வெற்றி பெறவில்லை நமது கணக்கு ஏன் பொய்த்துப் போயிற்று; காரணம் என்ன என்று கண்டுபிடிக்க, ஆராய்ச்சி செய்ய, புதிய முயற்சி செய்ய, திருத்தம் தர, இந்த விதியெனும் தத்துவம், மனிதனை விடுவதில்லை. எவ்வளவோ பாடுபட்டோம் கடைசியில் பலிக்கவில்லை--நமது விதி அப்படி என்று எண்ணி ஏங்கவைக்கிறது. அவனுடைய திறமையும் தூங்க ஆரம்பிக்கிறது. துயரம் எழுகிறது, அப்போது துதிக்கிறான்; ஏக்கம் பிறக்கிறது. அப்போது புராண, இதிகாச ஏடுகளிலிருந்து அவனுக்குக் கதைகள் படித்துக் காட்டப்படுகிறது.

இந்த விதியை வெல்ல, அல்லது முன் கூட்டியே தெரிந்துகொள்ள, மாற்ற, திருத்த, ஏதாவது செய்யலாமா என்ற ஆசை கிளம்பலாயிற்று. அதனைப் பூசாரிகள், சோதிடர்கள், மாந்திரீகர்கள் என்போர் பயன்படுத்திக் கொண்டனர்,

அவர்கள் வாழ்வு நடாத்த. பிறகு அவர்கள் அந்த வாழ்விலே கிடைக்கும் சுகத்தை இழக்க மனமின்றி விதியை மக்கள் நம்புவதற்காக. மேலும் மேலும் கற்பனைக் கதைகளைக் கட்டிவிடலாயினர்--கடவுளின் மீது ஆணையிட்டு எதையும் பேசினர்--ஏழை ஏமாளியானான்.

விதியை மதியால் வெல்லலாம் என்று வீம்பு பேசும் மனிதர்காள்! நான்முகன் ஒரு சிரம் இழந்தது எதனால்? விதியால் அவர் நான்மறை தந்தவராயிற்றே, அவரால் முடிந்ததா விதியைத் தடுக்க? அவர் பிச்சை எடுத்தார், கையில் சிரத்தைக் கொண்டு--என்று கதைகள் கட்டினர். வழுக்கு நிலத்தில் தவறிக் கீழேவீழ்ந்து கால் முறிந்தவன், மீண்டும் அந்த வழுக்கு நிலத்திலே ஆரம்பித்து மறுபடியும் மறுபடியும் வீழ்வது போலாயினர் பாமர மக்கள்.

ஆனால் உலகிலே மிகமிகச் சிறு தொகையினர்--பேரறிஞர்கள்-- சீர்திருத்தக் கருத்தினர்--உலகைத் திருத்தும் உத்தமர்கள். சித்ததைச் சிறையிட மறுத்தனர். சிந்திக்கத் தொடங்கினர் புத்தம் புதிய உண்மைகளைக் கண்டறிந்து கூறினர். உலகின் உருவம், இயல்பு, எண்ணம், ஏற்பாடு எல்லாம் மாற ஆரம்பித்தன. தட்டை உலகு, உருண்ட--ஆயிற்று, மேல் ஏழு, கீழ் ஏழு லோகம் என்பது வெறும் கட்டுக்கதை என்பது விளங்கலாயிற்று. சூரிய--சந்திர தேவன். இந்திர தேவன், வாயு, வருணன், அக்கினி என்ற தேவர்களெல்லாம் குடியிருந்துகொண்டு குதூகலமாக ஆடிப் பாடிக்கொண்டு, ஆரணங்குகளாம், அரம்மை, ஊர்வசி ஆகியோர் புடைசூழ வீற்றிருக்கிறார்கள் என்பதெல்லாம், சுவைமிக்க கற்பனை என்பது தெரியலாயிற்று. கண்ணுக்குத் தெரியாதிருந்த அமெரிக்கா போன்ற நாடுகளைக் கண்டுபிடிக்கவும், கருத்துக்கு எட்டாதிருந்த கருவிகளை அமைக்கவும் முடிந்தது. பஞ்சாங்கத்துக்குப் பக்கத்திலே, அட்லாஸ் வந்து சேர்ந்தது வெற்றிச்சிறப்புடன்.

"உலக அறிஞர்கள் பரப்பிய அறிவொளியினால் பழமை மூடுபனி விலக ஆரம்பித்து விட்டது. நாட்டின் நிலையை மாற்றியமைக்கும் மாவீரர்கள், சமுதாயத்தின் நிலையைத் திருத்தும் தீரர்கள், அறிவுப் புரட்சியை நடத்திக் காட்டும் ஆற்றல் மிக்கோர் தோன்றலாயினர்" என்று எழுதிய எழுத்து பலப்பல நாடுகளிலே அழித்தெழுதப் பட்டது. அதனால் அல்ல; ஆற்றல்மிக்க வீரர்களால். பிறகு இங்கும் என்று தீருமோ விதிக்கு அடிமைத்தனம் என்ற விசாரமாவது எப்படித் தோன்றாம் லிருக்கலாம்;

விதிக்கு அடிமைப் பட்டிருக்கும் நிலை நிச்சயமாக நாம் எதிர்பார்த்ததைவிட, விரைவில் ஒழியத்தான் போகிறது--அசைவும் ஆட்டமும் கொடுத்துவிட்டது.

இப்போது மட்டும், இந்நாட்டு எழுத்தாளரும் பேச்சாளரும் இசைவாணரும் படப்பிடிப்பாளரும்--அறிவுத்துறைக்கு துரோகம் இழைக்காமல், மீண்டும் மீண்டும் விதிக்கு அடிமையாகும் வேதனைக்கு எரு இடாமல், அதற்கு ஆதாரமாக உள்ள கற்பனைக் கதைகளைக் கருத்துக்களைப் பரப்பாமல் --விதி பற்றிய எண்ணத்தை விடவேண்டிய அவசியத்தை, விதிக்கு அடிமைப்படாமல் இருந்தால் எவ்வளவு நலன் நாட்டுக்குக் கிடைக்குமென்பதை, விதியை நம்பி, ஏழை எப்படி ஏமாளியானான் என்பதை எத்தன் எப்படி வஞ்சிக்கிறான் என்பதை விளக்கத் தமது அறிவையும், திறமையையும் ஒரு பத்து வருஷ காலத்துக்குப் பயன்படுத்த முன்வந்தால்...நிச்சயமாக, உறுதியாகக் கூறலாம், விதிக்கு அடிமைத்தனம் ஒழிந்தே தீரும் என்று.

விதி என்றும், சப்மரைன், டார்பிடோ, விமானம், விஷப்புகை வெடிகுண்டு இவைகளைப் போன்ற படைக் கலங்களைக் கொண்டு இல்லை. அப்படிப்பட்ட படைக்கலங்களைக் கொண்ட ஒரு ஏகாதிபத்தியத்தின் பிடியிலிருந்து விடுபட்ட

நமக்கு, இந்த நாளில் சாதாரண ஏடுகள் அதிலும் காலமெனும் செல்லரித்த ஏடுகள், அவைகளிலே காணப்படும் கருத்துக்குக் குழப்பம் தரும் கற்பனைகள், அந்தக் கற்பனைகளை நம்பிப் பிழைக்கும் கபடர்கள் ஆகிய இவ்வளவு படைக் கருவிகளை மட்டுமே கொண்டுள்ள விதிக்கு அடிமைத்தனம் என்றும் பழமையை முறியடிப்பது முடியாத காரியமல்ல; ஒரு பலமான தாக்குதல்--அறிவுப் பணிபுரியும் பலரும் கொண்ட ஒரு கூட்டுப் படையினால் ஒரு அறப்போர்--ஒரு தன்னல மற்ற முயற்சி எடுத்தால் நமது நாட்களிலேயே மக்கள் வாழ்விலே நஞ்சு கலக்கும் இந்த அடிமைத் தளையை வீழ்த்த முடியும்--புதுவாழ்வு மலர முடியும். செய்வோமா?

ஸ்தாபன ஐக்கியம்

உலக அரங்கில், மிக முக்கியமானதாகவும், பலருடைய மனதை மருட்டக்கூடியதாகவும், தொழிலாளர் பிரச்னை வளர்ந்து விட்டது. நீதியையும் நேர்மையையும், சமுதாயத்தில் அமைதியையும் சுபீட்சத்தையும் விரும்பும் எவரும், தொழிலாளர் பிரச்னையையே அலட்சியப்படுத்திவிடவோ, அல்லது அடக்கு முறைகளால் அழித்துவிடக் கூடுமென்றோ எண்ண முடியாது. பிரச்னை நாளுக்கு நாள் வலுத்துக்கொண்டும், புதுப்புது உருவங்களைக் காட்டிக் கொண்டும் இருக்குமே ஒழிய, தானாக மங்கிவிடவும் செய்யாது; தாக்குதலால் தகர்ந்தும் போய்விடாது. பொது அறிவும், ஜனநாயக உணர்ச்சியும் வளர வளர, பிரச்சினை பலம் பெற்றுக் கொண்டுதான் வரும். எனவே, தொழிலாளர் ஸ்தாபனத்தைப்பற்றிச் சிந்திக்க வேண்டியது. பொறுப்புள்ள யாருக்கும் அவசியமானதாகிவிட்டது. ஸ்தாபன ரீதியாகப் பிரச்சினைகளைக் கவனித்து முடிவு செய்யும் எண்ணமும் ஏற்பாடும், இப்போது எங்கும் பரவிவிட்டது. எந்த ஸ்தாபனமும், ஐக்கியத்தை, ஒற்றுமையைக் கொண்டதாக இருந்தால் மட்டுமே, வலிவுடன விளங்கும், பயன் விளையும். ஆகவே, ஸ்தாபன ஐக்கியத்தைக் கவனித்தாக வேண்டும்.

ஸ்தாபனம்--அதாவது அமைப்பு--பலருடைய எண்ணங்களைத் திரட்டி, பலருடைய சக்திகளை ஒருங்கு சேர்த்து வைக்கப்பட்டிருக்கும் ஓர் பொது இடம்--ஓர் பாசறை. பாசறையிலே, பலவிதமான போர்க்கருவிகளும் வீரர்களும் தேவை--கருவிகளின் எண்ணிக்கையும் வகை யும் வளர்ந்துகொண்டு இருக்கவேண்டும்--பாசறையின் உபயோகம் அதிகப்பட வேண்டுமானால் வாள் மட்டும் போர் குவித்துவைத்துக்கொண்டு. கேடயம் தேடாமல் இருப்பதோ, விற்களைக் குன்றெனக் குவித்துக்கொண்டு அம்புகள் இல்லாமலிருப்பதோ, துப்பாக்கிகளைக் கிடங்குகளில்

குவித்து வைத்துக்கொண்டு, வெடி மருந்து தேடாமனிருந்து விடுவதோ, அவை யாவும் ஒழுங்காகவும் தேவைக் கேற்ற அளவும் இருந்து, இவைகளைத் திறம்பட உபயோகிக்கும் ஆற்றலுள்ள வீரர்கள் இல்லாதிருப்பதால், வீரர்கள் இருந்தும், இவர்கள நடந்திச் செல்லும், தலைவன் இல்லாதிருந்தால். பாசறை இருந்து என்ன பயன்? அழகிய சிலைபோல் இருக்குமே தவிர பயன் தரும் மனிதராக இருக்க முடியாது.

ஸ்தாபனம், ஒரு சில குறிப்பிட்ட கொள்கைகளை அடிப்படையாகக் கொண்டு கட்டப்படுகிறது. ஸ்தாபனம், கொள்கைகளை அடிப்படையாகக் கொண்டு கட்டப்படுகிறபோது, அந்த ஸ்தாபனம் ஆற்றல் பெறுவதைப் பொறுத்தே இருக்கிறது. கொள்கைகள் ஏற்படுவதே, உள்ள குறைகளைத் தீர்த்துவைப்பதற்கோ, நிலைமைகளை மாற்றி அமைப்பதற்கோ, புதியதோர் நலனைக் காண்பதற்கேதான். தொழிலாளர்களின் ஸ்தாபனம், சில அடிப்படைக் கொள்கைகளின்மீது கட்டப்பட்டிருக்கிறது என்றால் தொழிலாளர்களின் சில பல குறைபாடுகளை நீக்கிக் கொள்வதற்குத்தான்.

பதினெட்டம் நூற்றாண்டுக்குப் பிறகு, தொழில்முறை மாறிவிட்டது. உலகிலே, அதற்கு முன்பு எந்த நாட்டிலும், குடிசைத் தொழில் முறையும், தேவைக்காக மட்டும் பொருளை உற்பத்திச் செய்து கொள்வது மட்டுமே இருந்து வந்தது. பதினெட்டாம் நூற்றாண்டின்போது, தொழிற் புரட்சி ஏற்பட்டுக் குடிசைத் தொழில் முறை மாறி, யந்திரத்தொழில் முறையும், ஒரு சில பலரை வேலைக்கமர்த்தி, தொழில் நடத்தி, உற்பத்தியைப் பெருக்கி, பண்டங்களை விற்று, இலாபம் பெறுவதுமான முறை வளர்ந்தது. இதனால் ஓரிடத்தில் ஏராளமானவர்கள் கூடித் தொழில் செய்யும் முறையும், அந்தத் தொழிலில் இலாபம் தங்களுக்குக் கிடைக்கும் கூலிபோக மீதமிருக்கும் பகுதி வேறிடம் போவதும், தொழிலாளர்களுக்கு விளங்கலாயிற்று. இந்த

விழிப்புணர்ச்சி ஏற்பட்டதும், தொழிலாளர்கள், முதலில் தங்கள் விதி, வினை, முதலாளிகளின் புண்ணியம், ஆகியவற்றைப்பற்றி எண்ணி, தங்கள் மனதுக்கு ஆறுதலைத் தேடிக் கொண்டதுடன், தங்களுக்கும், பயபக்தியுடன் நடந்துவந்தால், ஆண்டவனின் அருள் கிடைக்கும் என்று நம்பிக் கொண்டிருந்தனர். சிலர் தங்கள் காய்ந்த வயிற்றையும், கடமை உணர்ச்சியுடன் தாங்கள் பாடுபடுவதையும் எடுத்துக்காட்டி, தொழில் அமைத்தவர்களின் நல்லுணர்ச்சிக்கும். தயாள குணத்துக்கும் மனுப் போட்டு. அதனால் தங்கள் குறைகளைத் தீர்த்துக்கொள்ள முயன்றனர். இந்த முறை நெடுநாட்களுக்குப் பயன்தரவில்லை. சிலருடைய தயாள குணத்தினால், ஒரு பெரிய கூட்டத்தில் வளர்ந்துவரும் தொல்லைகளைப் போக்கிவிட முடியாது. இதனால் தொழிலாளர்களின் வாழ்க்கையிலேயும், குறிப்பிடத் தக்க வளம் உண்டாகவில்லை. வறுமை கொட்டலாயிற்று. வாட்டம் அதிகரித்தது. அப்போது, தொழில் முறைமாறி, பண்ட உற்பத்தி அதிகரித்து, செல்வம் கொழித்தால் வாழ்க்கை வசதிகள் அதிகமாகி நாகரிகம் மேலோங்கி விட்டது. நாகரிகத்தின் முழுப்பயனை ஒரு சிலர் அடைய அந்த நாகரிகத்தின் அடிப்படைக்கு அரணாக அமைந்திருந்த பெரும்பாலானவர்கள் அந்த நாகரிகத்தின் பயனை அனுபவிக்காமலிருந்தபோது அவர்கள் மனதிலே ஓர் அதிர்ச்சி ஓர் குமுறல் ஏற்பட்டது தங்கள் நிலை மோசமாகிற நேரத்திலே தங்கள் உழைப்பின் விளைவாக ஏற்பட்ட வாழ்க்கை வசதிகளில் துளியும் தங்களுக்குக் கிடைக்காதது அவர்கள் மனதிலே ஓர் அணைக்க முடியாத தீயை உண்டாக்கிற்று. சேகரித்த தேனை இழந்துவிடும் வண்டுகளாகத் தமது வாழ்க்கை இருப்பதை அறிந்தனர். மனம் நொந்தனர். குறைகளைப்பற்றி ஒருவருக்கொருவர் பேசினர். ஒவ்வோர் நாளும் பேசினர். கூடி கூடிப் பேசினர்.

"என்னதான் இதற்குப் பரிகாரம்?
பொறுத்திருந்து பார்ப்போம்.

அவர் மனம் இளகாமலா போகும்?
ஆண்டவன் அருள் கிடைக்க வேண்டும்;
அவர் நம்மைக் கைவிடமாட்டார்.

என்று துவக்கப்பட்ட உரையாடல், கொஞ்ச காலத்தில்

எத்தனை முறை கேட்பது?
எவ்வளவு கெஞ்சிக் கெஞ்சிக் கேட்பது?
ஏழைக்கு இரங்காதவனும் ஒரு மனிதனா?
அவன் மனம். கல்லா? இரும்பா?
கொஞ்சமாவது ஈவு இரக்கம் இருக்கிறதா?

என்று மாறி,

இப்போது முடியாதாம்!
இலாபம் இல்லையாம் முன்போல்.

என்ற பேச்சு மறுபடியும் மாறி,

நமது உழைப்பினால் கொழுத்தான்;
இலாபம் மலைபோலக் குவிந்திருக்கிறது;
நாம் வாடுகிறோம் வறுமையால்; அவன்
அரச போகத்தில் இருக்கிறான்;
நமது உழைப்புத் தரும் இலாபத்தால்தானே

அவனுடைய நிலை கோடீஸ்வரன்
என்று கூறும்படி இருக்கிறது.

என்று பேச்சு, கொஞ்சம் முடுக்காகிவிட்டது,

கந்தன் கேட்டானாம் கால் ரூபாயாவது அதிகம் தேவை; கூலியைக் கொஞ்சம் உயர்த்துங்கள் என்று முடியாது என்று சொல்லிவிட்டாராம்.

முத்தன், பேசச் சென்றானாம், முகத்தைக் கடுப்பாக வைத்துக்கொண்டு, துவும் முடியாது போ, என்று சொன்னாராம்.

முனியன்; உள்ளே நுழைந்தபோது, நாயை, அவன் மீது ஏவினார்களாம். என்று உரையாடல் வளர்ந்து, கடைசியில், கந்தனும் முனியனும் முத்தனும், காத்தானும், இப்படி நாம் தனித்தனியே, நமது குறைகளை எடுத்துக் கூறிப் பரிகாரம் தேடிப் பயனில்லை. தனித்தனியே போய்ப் பேசியும் பயனில்லை. நாமெல்லாரும், பொதுவாக, நமக்குள்ள குறைகளைக்கூறி, மொத்தத்திலே பரிகாரம் தேடவேண்டும். அதுதான் சரியான வழி என்று முடிவு செய்தனர். ஸ்தாபனங்கள் தோன்றின.

இந்த முடிவுக்குத் தொழிலாளர்கள் வந்துசேர, ஏறக்குறைய அரை நூற்றாண்டுக் காலம் பிடித்தது.

ஆகவே, குறைகளை உணர்ந்து, அவைகளுக்குக் காரணம் யாவை என்பது பற்றிய விவாதத்திலே ஈடுபட்டு, உண்மைக் காரணத்தைக் கண்டுபிடித்து, பிறகு அவைகளைப் போக்கிக்கொள்ள, தனித் தனியாக முயற்சித்துப் பார்த்து, முடியாது போன பிறகு, தொழிலாளர்கள் ஓர் ஸ்தாபன ரீதியாகத் தமது குறைகளை எடுத்துக் கூறித்தான் பரிகாரம் தேடவேண்டும் என்ற முடிவுக்கு வந்தனர்.

தங்களின் வாழ்க்கை முறையும் தொழில் முறையும் தங்களுக்குள்ள வாழ்க்கை வசதிக் குறைவுகளும், எல்லாத் தொழிலாளருக்கும் ஒரே விதமானதாக இருக்கக் கண்டு அனைவருக்கும் உள்ளது ஒரேவகை வியாதி என்று தெரிவதால், அனைவரும் ஒரே வகை மருந்து தேடவேண்டும் என்று முடிவு செய்து, ஸ்தாபணங்களை ஏற்படுத்தினர். இந்தப் பொதுத் தன்மை கெடாதிருக்குமட்டும், ஸ்தாபனம் அவசியமானது என்பது மட்டுமல்ல, பயனுள்ளதுமாகும். எனவே, ஸ்தாபன ஐக்கியம், இந்தப் பொது உணர்ச்சிமெடாதபடி பாதுகாத்துக் கொண்டால்தான் முடியும். கந்தன் முருகனுக்கும் சேர்த்துத்தான் நியாமம் கோருகிறான். முத்தன் மூவருக்கும் சேர்த்தே நீதி கேட்கிறான். ஒவ்வொருவரும் மற்ற யாவருக்கும் சேர்த்தே நீதி நியாயம் கேட்கிறார்கள். ஸ்தாபனத்தின் இலட்சணம் இதைப் பொறுத்தே இருக்கிறது. ஸ்தாபனத்தின் மூலம் அதைச் சேர்ந்தவர் அனைவருக்கும் நலன் கிடைக்கிறது என்பது விளக்கமானால்தான், ஸ்தாபனத்திலே ஐக்கிய உணர்ச்சி இருக்க முடியும்--கந்தனுக்குத் தெரியாமல் முருகனும், முருகன் அறியாவண்ணம் முத்தனும், தனித் தனியே நடவடிக்கையை எடுத்தால். ஸ்தாபனம் உடைந்து படும். பொதுத் தன்மைத்தான் ஸ்தாபனத்துக்கு அரண்.

இந்தப் பொதுத்தன்மை பலமாக இருக்கவேண்டுமானால், ஸ்தாபனம், மிகமிக நியாயமான கொள்கைகளின் மீது கட்டப்படவேண்டும்.

குடும்பம் முதற்கொண்டு கோலோச்சும் சர்க்கார் வரையிலே ஸ்தாபனங்கள் தான்--ஒருவகைப் பொதுத் தன்மை-- பொதுவான பணிகள்-- அனைவரையும் கட்டுப்படுத்தும் பொதுவான பொறுப்புக்கள், பலன்கள் இவைகளில் உண்டு. இதிலே எது கெடினும், ஸ்தாபனத்தின் ஐக்கியம் நிச்சய மாகக் கெட்டுவிடும்--அண்ணன் அறியாதபடி தம்பி செலவிடும்

பத்து ரூபாய்--அண்ணன் தம்பி என்ற பாசத்தால், சில நாட்களுக்குக் குடும்பத்தை எவ்விதத்திலும் பாதிக்காமலிருக்கும்--ஆனால் சில காலத்துக்குத்தான்--எப்போதுமல்ல தம்பியின் பழக்கமே அண்ணன் அறியாவண்ணம் தன்னலத்துக்காக நடந்து கொள்வது என்றாகிவிட்டால். குடும்பக் கட்டுப்பாட்டை நிலை நிறுத்த, எத்தனை விதமான பந்தம் பாசம் பேசியும், பழைய கதைகளைச் சொல்லியும், இராமனையும் இலட்சுமணனையும் துணைக்கு அழைத்தும் முடியாததாகிவிடும்--குடும்பம், பிளவுறும்; பிரியும்--அண்ணன் தம்பிக்குள்ளாக ஒரு குடும்பத்திலேயே, இந்த நிலை என்றால், ஒரு ஸ்தாபனத்தில் தலைவருக்கும் துணைத் தலைவருக்கும் ஸ்தாபத்தில் மற்ற ஐக்கிய உறுப்பினருக்குமிடையே, கடைசிவரையில் பாசம் ஒன்றை மட்டும் கொண்டு, அன்பு உண்டாக்கி ஸ்தாபனத்தை உடையாத படி பார்த்துக் கொள்ள முடியாது. அமைப்புகளின் ஒற்றுமை, அதனைச் சார்ந்தவர் அனைவரும் ஒரே நோக்கம் கொண்டு, ஒரே வகையான குறிப்பிட்ட கொள்கைக்காகப் பாடுபடுபவர் என்பதைத்தான் பொறுத்திருக்கிறது. இந்த ஒற்றுமையும், போலியானதாக இருக்கக் கூடாது. இருப்பின் மிக மிகச் சாதாரணச் சங்கடமும் ஸ்தாபனத்துப் பெரியதோர் இடையூறாகிவிடும்.

ஸ்தாபனம் ஏற்படச் செய்வதற்குக் கொள்கைகள் தேவை என்பது, கட்டடம் கட்டுவதற்கு அதற்குரிய சாமான்கள் தேவை என்பது போன்றது. கட்டடம் அமைக்கும் கடினமான காரியத்துக்கு, அதற்கான திறமை வாய்ந்த கட்டட வேலைக்காரர் தேவைப்படுவதுபோலச் சில குறிப்பிட்ட கொள்கைகளை அடிப்படையாகக் கொண்டு ஒரு ஸ்தாபனத்தை அமைக்க, திறனும் உறுதியும் கொண்ட அமைப்பாளர் தேவை. அந்த அமைப்பாளருக்குத், தாம் எந்தக் கொள்கைகளை அடிப்படையாகக் கொள்வது என்று கண்டறியும் திறனும், கட்டடக் கட்டுக்கோப்பு முறையிலே ஸ்தாபனம் இருக்கவேண்டும் என்ற நோக்கமும் நிச்சயமாகத்

தேவை. வலிவுள்ள இரும்பு கர்டர்களும், வகை வகையான மரச்சாமான்களும், உயர்தரமான சிமிட்டியும், அழகான பித்தளைக் குமிழ்களும், அறைத்தெடுத்த சுண்ணாம்புக் குழையலும் தேவை. ஆனால், இவைகளை எங்கெங்கு எந்தெந்த அளவில், எந்தெந்த முறையில் உபயோகித்தால், கட்டடத்தின் கட்டுக்கோப்பு சிறந்த முறையிலும் இருக்கும் என்பதை அறிந்து அமைக்கும் அமைப்பாளர்கள் தேவை--அவர்களால்தான் ஸ்தாபனங்கள் நல்ல முறையிலே அமையும். அமைந்த பிறகும், கட்டுக்கோப்பு கெடாதபடி பார்த்துக்கொள்ளும் திறம் இருக்கவேண்டும்--அக்கறையும் இருக்கவேண்டும்.

பெரியதோர் மாளிகையில், ஒரு சிறிய ஜன்னல் அவ்வளவு முக்கியமானதல்ல--அந்த ஜன்னல் இல்லாமற் போனாலும், மாளிகை இருக்கத்தான் செய்யும். அடிப்படையும் குறுக்குச் சுவரும், மேல் அசைப்புப் சரியாக இருக்கு மட்டும், ஜன்னல் இருந்தாலும் எடுபட்டாலும், கெட்டாலும், மாளிகைக்கு ஒரு சேதமுமில்லை. ஆனாலும் மாளிகையிலே அக்கறையுள்ளவர்கள், அந்தச் சிறு ஜன்னலைக் கூடத்தான் கவனித்துக் கொள்வார்கள்--கெடாதபடி ஜன்னலை மட்டுமல்ல; அதன் கம்பிகளிலே ஒன்று கெட்டாலும், கவலைப்படுவர். ஏனெனில், ஜன்னலின் கம்பி கெட்டு, பிறகு அது எடுபட்டு, அதன் பலனாக ஜன்னல் கெட்டுக், கள்ளனோ காற்று மழையோ உள்ளே புகுந்து அதன் விளைவாக மாளிகைக்கு நஷ்டமும் கஷ்டமும் ஏற்பட்டுவிடக்கூடுமே என்ற யூகம், மாளிகைக்காரருக்கு இருக்கும். எனவே, அவர் ஜன்னலின் கம்பி, மாளிகையின் அடிப்படை அல்ல என்ற போதிலும், அதனையும் தான், அக்கரையுடன் கவனித்துக் கொள்வர்; ஸ்தாபனங்களிலும் இதுபோலத் தான், தொழிற் ஸ்தாபனங்களின் ஐக்கியமும் பலமும் கெடாதிருக்க வேண்டுமானால், ஜன்னல் கம்பியையும் ஜாக்கிரதையுடன் கவனிக்கும் மாளிகைக்காரர்போல், ஸ்தாபனத்தின் சகல உறுப்பினரையும் கவனித்து, கட்டுக்கோப்பு கெடாதபடி பார்த்துக் கொள்ளவேண்டும். இந்த முறையைக்

கவனியாததால், தொழிலாளர் ஸ்தாபனங்களிலே, ஒற்றுமைக்குறைவு ஏற்பட்டு சிதறிவிட்டதுண்டு. பெரிய மரங்களை மாளிகை மண்டபத்துக்குத் தூண்களாக அமைத்துவிட்டால் மட்டும் போதாது. மிக மிகச் சாதாரண செல், மரத்திலே சிறு துளைகளிலே புகுந்து கொள்ளாதபடியும் பார்த்துக்கொள்ள வேண்டும்--செல் அரிக்க ஆரம்பித்தால் செம்மரமும் சரி, எம்மரமும் சரி, கெடும்--அதனுடன் ஸ்தாபனமும் கெடும். தாங்கும் சக்தி தாக்கும் சக்தி இரண்டும் ஒரு சேர ஒரு ஸ்தாபனத்துக்குத் தேவை. அதற்கேற்ற வகையிலே அந்த அமைப்பு இருக்க வேண்டும்--இருக்கவேண்டுமானால், இருவகை சக்திகளையும் திரட்டவும், திரட்டியதை உபயோகிக்கவும், ஏற்ற தகுதி படைத்தவர்கள் ஸ்தாபனத்தில் இருக்கவேண்டும். ஒருவர் இருப்பது மற்றவருக்கு வலிவு, என்ற எண்ணம் குன்றாது, குறையாது இருக்கவேண்டும். அந்த எண்ணத்தாலேயே ஸ்தாபனத்தின் ஐக்கியத்தைக் குன்றாமல் காப்பாற்ற மூடியும். கொள்கைகள், நிலைமைகளால் மாற்றமடையும் போது, ஸ்தாபன ஐக்கியத்துக்கு ஆபத்து நேரிடக்கூடும். அதுபோலவே, ஸ்தாபனத்தில் நடைமுறையின், யார் எதைச் செய்வது, எது எப்படிச் செய்யப்படவேண்டும், என்ற பிரச்சினைகள் கிளம்பி, அதன் பயனாக ஸ்தாபன ஐக்கியம் கெடுவதுண்டு. ஆனால் அடிப்படை பலமாக இருந்தால் மாளிகை கெடாதிருப்பது போலக், கொள்கை பலமிருநதால் ஸ்தாபனம் கெடாது. ஆனால் அதற்காக ஸ்தாபனத்தின் ஐக்கியம் கெட்டுவிடத்தக்க நிலைமைகள் ஏற்படும்போது, அக்கறையற்று இருந்துவிடவும் கூடாது. தொழிலாளர் ஸ்தாபனம், மனக்குறையின் மீதும், அதனால் இயற்கையாக ஏற்படக்கூடிய ஆத்தரத்தின் மீதும், ஏற்பட்டுவிடுவது உண்டு. இவை சரியான அடிப்படை அல்ல, வாழ்வதற்கு உழைக்கிறோம், ஆனால் வாழ்வு இல்லை. உழைக்காது வாழ்கிறார்கள். அந்த வாழ்வுக்குத் தங்குத்தடை இல்லை. வாழ்வோம் அனைவரும்--வாழ உழைப்போம்--ஒருவர் உழைப்பின்மீது மற்றொருவரின்--வாழ்வு அமைக்கப்படும் அநீதியை ஒழிப்போம்--என்ற அடிப்படைகளின் மீது

கட்டப்பட்டுள்ள தொழில் ஸ்தாபனங்கள் அந்த உன்னதமான இலட்சியம் ஈடேறவேண்டும் என்ற பெரு நோக்கத்தை உறு துணையாகக் கொண்டு ஸ்தாபனத்தின் நடைமுறை வேலையில், உறுப்பினர்களுக்குள் உள்ளக் கொதிப்போ, கசப்போ ஏற்படாதவகையிலும், இன்னார் செய்கிற காரியம், இன்னாருக்குச் சரி என்று படவில்லை. என்ற நிலை ஏற்படாதவகையிலும், ஸ்தாபனத்தின் வேலைகளில், அவரவர்களுக்கு அவரவர் ஆற்றலுக்கேற்ற, ஆனால், ஸ்தாபனத்தின் மூலக் கொள்கைக்கு ஊறு நேரிடாத முறையில், பணி உண்டு என்ற முறையில், ஸ்தாபனத்தை நடத்திச் சென்றால், ஸ்தாபன ஐக்கியம் கெடாது. பலனும் நிச்சயம் விளையும். ஸ்தாபனத்தின் பலம் வளரும்போது ஏற்படும் அல்லல் அதிகம்--ஸ்தாபனம் வளரும்போது இருக்கும். ஸ்தாபன ஐக்கியம், ஸ்தாபனம் நன்றாக வளர்ந்த பிறகு, ஓரளவு ஆபத்துக்குள் சிக்கிவிடக்கூடும்--வளர்ந்துள்ள பலத்தைக்கொண்டு என்ன செய்வது? எவ்விதம் அதைச் செய்வது? யாரைக்கொண்டு செய்வது? எப்போது செய்வது? என்ற பிரச்சினைகள். ஸ்தாபனத்தின் பலம் வளர்ந்த பிறகு ஏற்படும். ஐக்கியத்துக்கு ஆபத்து அதனால் வரக்கூடும். அந்த நெருக்கடியான நேரத்திலெல் லாம். ஸ்தாபனத்தின் மூலக் கருத்துக்கே முதலிடம் தரப்படவேண்டும். அப்போதுதான் ஸ்தாபனம் சிதையாமலிருக்கும்--ஸ்தாபன ஐக்கியம் ஒருமுறை பாடுபட்டுச் சாதித்துவிட்டு, அதைக் கண்டு சந்தோஷப்பட்டுக்கொண்டு இனிக் கவலையில்லை என்று இருந்துவிடக்கூடிய ஒரு சம்பவமல்ல--எப்போதும் விழிப்போடு இருந்துகொண்டு அவ்வப்போது பழுது பார்த்துக்கொண்டு எந்தச் சமயத்திலும் மூலக்கருத்து கெடாதபடியும் கவனித்துக்கொண்டு இருந்தால் மட்டுமே காப்பாற்றக்கூடிய, ஓர் அற்புதமான ஜீவசக்தி, ஸ்தாபனத்தின் பலமும் பயனும், அந்த ஐக்கியத்தை--ஒற்றுமை உணர்ச்சியைப் பொறுத்தே இருக்கிறது. வீணை உயர்தரமானதால், வித்துவானும் தேர்ந்தவர்தான். ஆனால் ஒரு நரம்புமட்டும் ஓரிடத்தில் தளர்ந்து இருக்கிறது என்றால், வீணையின் நாதமும் கெடும்; வித்துவானின் இசையும்

பாழ்படும். ஸ்தாபனத்தின் ஐக்கியம் சங்கீதத்துக்கு உள்ள சுருதி முானத்தைப் போன்றது--மிக மிக ஜாக்கிரதையாகக் கவனிக்கட வேண்டிய விஷயம்.

வீட்டிற்கோர் புத்தகசாலை

உலகிலே எங்கேனும் ஓரிடத்தில் ஏதோ ஓர் காரணத்தால் நேரிடும் ஏதோ ஓர் சம்பவம், உலகின் மற்றப் பாகங்களைப் பாதிக்கும் நாட்களில் நாம் வாழ்கிறோம். பாஸ்தீனத்தில் போர்; அதுபற்றிய வாதப் பிரதிவாதம், பாளையங்கோட்டையில். இத்தாலியில்; எலக்ஷன் என்றால், இங்கு எந்தக் கட்சி அங்கு வெற்றி பெறவேண்டும் என்பது பற்றி விவாதம். உலகத் தொடர்பு அதிகரித்துவிட்ட வளர்ந்துகொண்டே போகும் நாட்களிலே நாம் வாழ்கிறோம். வாழ்கிறோம் என்றால் நமது வாழ்வையும் நாட்டின் வாழ்வையும் வளமாக்கும் பெரும் பொறுப்பை ஆயிரம் மைலுக்கப்பாலிருந்து வந்தவர்களிடம் ஒப்படைத்து விட்டல்ல, யார் சிரத்திலே மணிமுடி ஜொலிக்கிறது, எவர் கரத்திலே உடைவாள் மின்னுகிறது என்று பார்த்து ஆட்சி பொறுப்பை அப்படிப்பட்டவர்களிடம் ஒப்படைத்து விட்டுமல்ல, ஆட்சிப் பொறுப்பை மக்கள் ஏற்றுக்கொண்டு நாட்டில் நாயகர் நாங்கள் என்று மார்தட்டிக் கூறிக் கொண்டுள்ள நிலை இருக்கிறது. உலகுக்கு இது நன்கு தெரியும் உலகின் கவனம் நமது நாட்டின் பக்கம் நன்றாகத் திரும்பும்படியான முறையிலும், அளவிலும் நாம் நமது நாட்டின் சிறப்புப் பற்றியும், நமது ஆற்றலைப்பற்றியும் பாட்டு மொழியிலே பேசிவிட்டோம் சற்று அதிகமாகவே கூட, "என் நாடு பொன்னாடு, ஏது இதற்கோர் ஈடு" என்று திருப்புகழ் பாடினோம். இங்கு வானைமுட்டும் மலைகள். வற்றாத ஆறுகள் வளமான வயல்கள், கனி குலுங்கும் சோலைகள் ஏராளம்; முத்து உண்டு எமது கடலில்; தங்கம் உண்டு எமது பூமியில் என்று ஆனந்தக் களிப்புச் சிந்து பாடியிருக்கிறாம். எல்லாம் சரி; உமனது நாட்டுக் கல்வி நிலையைக் கூறு என்று கேட்டால், நாம் வெட்கித்தலை குனியும் நிலையில் இருக்கிறது. வேத வேதாந்திகள், தித்தாத்தி, சிரோமணிகள் திரு அருளைப் பெற்றவர்கள் எமது நாட்டிலே உண்டு என்று பேசலாம்; பேசுகிறோம். இன்னும்

சிலர் பேசிக்கொண்டே இருக்கத்தான் செய்கின்றனர். ஆனால் கண்ணனுக்குக் கையெழுத்துப் போடத் தெரியுமா என்றால், தலையை ஆட்டுகிறான்; முத்தனோ மறந்துவிட்டது என்று கூறுகிறான்; முனியன் கையெழுத்திடுகிறான். ஆனால் முன்னெழுத்தும் கடையெழுத்தும் சரியாக இருக்கிறது. இடையிலே உள்ள எழுத்துக்களோ சம்பந்த மற்றவையாக உள்ளன. இந்நிலை இருக்கிறது நாட்டு மக்களிலே மிகப் பெரும்பாலானவர்களுக்கு, கூரிய வாள் பலமான கேடயம், அஞ்சா நெஞ்சு; ஆனால் அந்த வீரனின் வழி பழுது. இந்நிலை நாட்டுக்குச் சிறப்பும் அளிக்காது. நல்லாட்சிக்கு வழி கிடைக்காது. நாட்டு நிலை உலக கிலைக்கு ஏற்ப வளர்ந்தாகவேண்டும். இதற்கு வீட்டு நிலை மாறவேண்டும்--"வீட்டிற்கோர் புத்தகசாலை" என்ற இலட்சியம், நாட்டுக்கோர் நிலை ஏற்படச் செய்ய வேண்டும் என்ற திட்டத்துக்கு அடிப்படை. மலைகண்டு, நதிகண்டு, மாநிதிகண்டு அல்ல, ஒரு நாட்டை உலகம் மதிப்பது--அந்த நாட்டு மக்களின் மனவளத்தைக் கண்டே மாநிலம் மதிக்கும். மனவளம் வேண்டும்--மிக மிக விரைவில்--மிக மிக அதிகமாக எழுத்தறிவற்றவர் ஏராளம் இந்த நாட்டில் இது பெருங்கேடு. கல்வி பெற்றவர்கள் அனைவருக்குமாவது நற்பண்புகள் செழிக்கும் பண்ணைகளாக நாட்டுக்கு வலியும் வனப்பும் தேடித்தரும் கருத்துக்கள் மலரும் சோலையாக உள்ளனவா என்றால், இல்லை என்று பெருமூச்சுடன் கூறித்தான ஆகவேண்டும்– உள்ளதை மறைக்காதிருக்க வேண்டுமானால், நாட்டு நிலை கண்டு உலகம் மதிக்கவேண்டுமானால், இந்தச் சூழ் நிலை மாறியாகவேண்டும். வீட்டிற்கோர் புத்தகசாலை என்ற இலட்சியத்தை நடைமுறைத் திட்டமாக்கி, சற்றுச் சிரமப்பட்டால் நமது நாட்டிலே நிச்சயமாக வனவளத்தைப் பெறமுடியும். நமது முன் சந்ததியார்களுக்டி இருந்ததை விட, அதிகமான வசதிகள் நமக்கு உள்ளன. அவர்களின் காலம் அடவியில், ஆற்றோரத்தில் பர்ணசாலைக்குப் பக்கத்தில், ஆலமரத்தடியில் சிறுவர்கள் அமர்ந்திருக்க குரு, காலைக் கடன்களை முடித்துக்கொண்டு வந்து; பாடங்களைச் சொல்லித்தரும் முறை இருந்த காலம்; ஏடும் எழுத்தாணியும்

இருந்த காலம்; இப்போதுள்ளது, உலகை நமது வீட்டுக்கு அழைத்துவந்து காட்டக்கூடிய காலம்--பாமர மக்கள் பாராளும் காலம். கனவளத்தை அதிகப்படுத்த மார்க்கம், முன்பு இருந்ததைவிட அதிகம் உள்ள காலம் இதோ நான் பேசுகிறேன்--நீங்கள் கேட்கிறீர்கள். இடையே--பலப்பல மைல்கள்--நானோ நீங்களோ, தவசிகளல்லர்-- அருளால் அல்ல இந்த ஒலி அங்கு கேட்பது அறிவின் துணைகொண்டு விஞ்ஞானி ஆக்கித் தந்த சாதனம் நமக்குக் கிடைத்திருக்கிறது. இவ்விதச் சாதனங்கள் இல்லாதிருந்த நாட்கள், நமது முன்னோர்கள் காலம்.

இவ்வளவு வசதிகள் நமக்கிருந்தும், ஏன், மன வளம் இவ்வளவு குறைவாக இருக்கிறது? வீடுகளிலே மனவளத்தை அதிகரிக்கவோ, பாதுகாக்கவோ, நாம் முயற்சி செய்வதல்லை--வழிவகை தேடிக் கொள்வதில்லை.

பெரும்பாலான வீடுகளின் அமைப்பையே பாருங்கள். கூடம் இருக்கும்; விசேஷ காரியங்களுக்குப் பயன்பட! கூடத்து அறை இரண்டிருக்கும்; அதிலொன்று பூட்டியே இருக்கும். சாவி வீட்டின் அதிபரிடமிருக்கும். மற்றோர் அறையிலே--தொட்டிலோ, ஏனையோ இருக்கும். அங்குத் தூங்கும் குழந்தையை வேறோர் தொல்லைப்படுத்தும்--அதைவிடப் பெரிய குழந்தை, இதனைச் சமையறையிலுள்ள தன் தாயிடம் சென்று கூறும். பூஜை அறையில் அப்பர் இருப்பார் போய்ச்சொல் என்று தாய் கூறுவாள், அங்கு அவர் இருக்கமாட்டார். மாட்டுத் தொழுவத்துக்குப் பக்கத்திலுள்ள திண்ணையில் படுத்துக் கொண்டிருப்பார். நாம் வீடு ஏறக்குறைய இதுபோலிருக்கும். கூடம் பாதுகாப்பான அறை--படுக்கை அறை சமையலறை--பூஜையறை--இவை எல்லாம் இருக்கும்--புத்தகம் உள்ள இடம், படிப்பதற்கென்று ஒரு அறை தேடிப்பாருங்கள் மிகமிகக் கஷ்டம். பல வீடுகளிலே தூண்கனின் மீது சாளரங்களின் இடுக்கில், பிள்ளையார் மாடத்தில் சில புத்தகங்கள் இருக்கும். ஆனால் புத்தகசாலை

உண்டா? என்று கேளுங்கள்--பதில் கூறமாட்டாக்கள்; ஒரு புன்னகைத் தோன்றும். பைத்தியக்காரா! இது வீடு நீ என்ன இங்கு வந்து புத்தகசாலை கேட்கிறாயே, என்று பொருள் அந்தப் புன்னகைக்கு.

வீடுகளில் மேஜை நாற்காலி சோபாக்கள் இருக்கும்; பீரோக்கள் இருக்கும்; அவைகளில் வெள்ளித் தரம்பாளமும், விதவிதமான வட்டில்களும், பன்னீர் சொம்பும் இருக்கும்; பித்தளைப் பாத்திரங்கள் இருக்கும்; உடைகள் சிறு கடை அளவுக்கு இருக்கும்; மருந்து வகைகள் சிறு வைத்தியசாலை அளவுக்கு இருக்கும், அப்படிப்பட்ட வசதியுள்ள வீடுகளிலேயுங்கூட புத்தகசாலை இராது--இருக்க வேண்டுமென்று எண்ணம் வருவதே இல்லை--அவசியமும் தோன்றுவது இல்லை.

இந்தச் செப்புக்குடம் சீரங்கத்தில் வாங்கியது. தேவர் கவியாணத்தின்போது திருப்பதியில் வாங்கினோம் இந்தத் தாம்பாளத்தை. பெல்லாரிக்குச் சென்றோமே பெண் பார்க்க, அப்போது வாங்கினோம் இந்த இரத்தின ஜமக்காளத்தை. கார்த்திகை தீபத்தின்போது திருவண்ணாமலையில் வாங்கினோம். சிதம்பரத்திலே ஆருத்திரா தரிசனத்தின்போது திருவண்ணாமலையில் வாங்கினோம், சிதம்பரத்திலே ஆருத்திரா தரிசனத்தின்போது இதை வாங்கினோம் என்று நமது வீடுகளில் பல சாமான்களைக் காட்டுவர். சாமான் ஒவ்வான்றுக்கும் ஒரு சரித்திரமே கூறுவார்கள். ஆனால் பத்து நல்ல புத்தகங்களைக் காட்டி இன்ன சந்தர்ப்பத்தில் இவைகளை வாங்கினோம் என்று கூற மாட்டார்கள்.

வீட்டில் அலங்காரத்தையும், விசேஷ கால உபயோகத்திற்கான சாதனங்களையும் கவனிப்பதுபோல, வீட்டிற்கோர் புத்தகசாலை. சிறிய அளவிலானது அமைக்க நிச்சயமாகக் கவனம் செலுத்தவேண்டும். அக்கறை காட்ட வேண்டும். அறிவு ஆயுதமாகிவிட்ட நாட்களிலே வாழும் நாம், இனியும்

இந்தக் காரியத்தைக் கவனியாதிருப்பது, நாட்டுக்கு மறைமுகமாகச் செய்யும் துரோகச் செயலாகும்.

வீட்டிற்கோர் புத்தகசாலை நிச்சயம் வேண்டும்-- வாழ்க்கையில் அடிப்படைத் தேவைகளுக்கு அடுத்த இடம், அலங்காரப் பொருள்களுக்கும், போக போக்கியப் பொருள்களுக்கும் தரப்படும் நிலைமாறி, புத்தக சாலைக்கு அந்த இடம் தரப்படவேண்டும். உணவு, உடை, அடிப்படைத் தேவை-- அந்தத் தேவையைப் பூர்த்தி செய்தானதும், முதல் இடம், புத்தகசாலைக்குத் தரப்படவேண்டும்.

எவ்வளவு செலவு? ஏது அவ்வளவு பணம் என்று கேட்பர் பலருக்குத் தேவையான அளவு புத்தகம் வாங்கத்தான் முடியாது--அந்தக் குறையைப் போக்க பொது புத்தகசாலைகளை நடத்தி, சர்க்கார், நகரசபைகள், பொது நலக் கழகங்கள் பணிபுரிய வேண்டும். ஆனால் சில அடிப் படை அறிவுக்குத் தேவையான புத்தகங்களையாவது, வீடுகளில் சேகரித்துப் பயன்படுத்தும் முறை இருக்கவேண்டும்.

பல புதிய விஷயங்களைத் தெரிந்துகொள்ள மட்டுமல்ல ஏற்கனவே நமது மக்களுக்குத் தெரிந்திருக்கிற பல விஷயங்களை மறந்துபோகச் செய்வதற்குப் பல புத்தகங்கள் தேவை நமது மக்களுக்குக் கைலாய காட்சிகள். வைகுந்த மகாத்மியம், வரலட்சுமி நோண்பின் மகிமை, நாரதரின் தம்பூரு. நந்தியின் மிருதங்கம் சித்ராபுத்திரரின் குறிப்பேடு நரகலோகம் அட்டைக்குழி அரணைக்குழிகள் மோட்சத்தின் மோகனம், இந்திர சபையின் அலங்காரம், அங்குப்பாடி ஆடும் மேனகையின் அழகு இவையெல்லாம் தெரியும். ஆறுமுகம் தெரியும்; அவர் ஏறும் மயில் தெரியும்; அம்மை வள்ளிக்கும், அழகி தெய்வயானைக்கும் ஏசல் நடந்தது தெரியும். இவையும் இவை போன்றவையும் ஏராளமாகத் தெரியும்.

நந்தி துர்க்கமலை எங்கே? தெரியாது என்பர். நிதி மந்திரியின் பெயர் என்ன? அறியோம் என்பார்கள். காவிரியின் பிறப்பிடம்? கவலை கொள்ளார். பாலாற்றில் நீர் ஏனில்லை? சொல்லத் தெரியாது. நூல் ஆலைகள் எவ்வளவு உள்ளன; கணக்கு அறிவார். தாராபுரம் எந்தத் திசையில் இருக்கிறது? தெரியாது. தாமிரபரணி எத்தனை மைல் நீளம் ஓடுகிறது? திகைப்பர் பதிலறியாமல். அவர்கள் வாழும் மாவட்டத்தின் அளவு என்ன? தெரியாது என்பர். மாகானத்தின் வருமானம் என்ன? அறியார்கள்--அறிந்து கொள்ளவும் முயலமாட்டார்கள். அனுமத் பிர பாவம் தெரியும்; அரச மரத்தைச் சுற்றினால் என்ன பயன் கிடைக்கும் என்பதைக் கூறத் தெரியும். பேய் பில்லி சூனியம் பற்றிய கதைகளைக் கூறத் தெரியும் அவர்கள் ஏறிச் செல்லும் ரயிலைக் கண்டு பிடித்தவர் யார் என்பது தெரி யாது. அதிலேறிச் செல்லும் இடத்திலே அவர்கள் தரிசிக்கப்போகும் கருணானந்த சுவாமிகளின் கால்பட்ட தண்ணீர் கர்ம நோய்களைப் போக்கும் என்ற கதை பேசத் தெரியும்.

இது நமது மக்களின் மனவளம். இவர்கள் பெரும்பாலோர், இவர்களைக் கொண்டுள்ள நம் நாடு அழிவுச் சக்தியில் அணுகுண்டு உற்பத்தியும் ஆக்க வேலைச் சக்தியில் சந்திர மண்டலத்திற்குச் சென்றுவரும் ஆராய்ச்சியும் நடத்திக்கொண்டுவரும் ஓர் பகுதி சரியா? நாட்டில் எதிர்காலத்தில் அக்கரைகொண்ட யாரும், இந்த நிலை சரியென்று கூற மாட்டார்கள். சரியல்லதான்; ஆனால் என்ன செய்வது என்று கேட்பர்? வீட்டிற்கோர் புத்தகசாலை அமைக்க வேண்டும்--மக்களின் மனதிலே உலக அறிவு புக வழி செய்ய வேண்டும். அவர்கள் தங்கள் நாட்டை அறிய, உலகை அறிய, ஏடுகள் வேண்டும். நிபுணத்துவம் தரும் ஏடுகள்கூட அல்ல--அடிப்படை உண்மைகளையாவது அறிவிக்கும் நூல்கள் சிலவாவது வேண்டும்.

வீடுகளிலே நடைபெறும் விசேஷங்களின் போது வெளியூர்கள் சென்று திரும்பும்போது. பரிசளிப்புகள் நடத்தும் போது புத்தகங்கள் வாங்குவது என்று ஒரு பழக்கத்தை கொஞ்சம் வசதியுள்ள வீட்டார் சிலகாலதுக்காவது ஏற்படுத்திக் கொண்டால் சுலபத்தில் ஒரு சில புத்தகசாலையை அமைத்து விடலாம்.

புத்தகசாலை அமைக்கும்போது ஏற்கனவே நமது மக்களின் மனதிலே ஊறிப்போயுள்ள அர்த்தமற்ற அவசியமற்ற கேடே கூடச் செய்யக்கூடிய எண்ணங்களை நிலை நிறுத்தக்கூடிய ஏடுகளைச் சேர்க்கக் கூடாது. சேர்த்தால் மனவளம் ஏற்படாது. மனம் சதுப்பு நிலமாகும் பழமைப் புழுக்கள் நெளியுமிடமாகும்.

புத்தகசாலை அமைப்பது என்று திட்டமிட்டுப் புது வருஷப் பஞ்சாங்கத்தில் ஒரு மூன்று தினுசும், பழைய பஞ்சகங்கக் கட்டு ஒன்றும், பவளக்கொடி மாலையும் பஞ்சாமிர்தச் சிந்தும், பெரிய எழுத்து விக்ரமாதித்தன் கதையும் பேய் பேசிய புராணமும், நல்ல தங்காள் புலம்பலும் அரிச்சந்திரன் மயாண காண்டமும், ஆகியவற்றை அடுக்கிவைத்தால், நாம் தோறும் மனவளம் ஏற்படாது. நமது நாட்டை வஞ்சகர்களுக்கு ஏற்ற வேட்டைக்காடு ஆக்கும் தீக்குச்சி சேர்ப்பது போலாகும்.

உலக அறிவை, உருப்படியான காரியத்துக்குப் பயன்படும் அறிவைத் தரக்கூடிய புத்தகங்களைச் சேகரிக்க வேண்டும். பழைய முறைகளையும் எண்ணங்களையும் மேலும் ஊட்டக்கூடிய ஏடுகளைச் சேகரித்து, அதற்குப் புத்தகசாலையென்று பெயரிடுவது, குருடர்களைக் கூட்டிவைத்து, அவர்கள் உள்ள இடத்துக்கு, வழி காட்டுவோர் வாழும் இடம் என்று பெயரிடுவது போன்ற கோமாளிக் கூத்தாக முடியும்.

ஒவ்வொர் வீட்டிலும், வசதி கிடைத்ததும், வசதி ஏற்படுத்திக் கொண்டதும், அமைக்க வேண்டிய புத்தகசாலையில், நாட்டு வரலாறு, உலக நாடுகளின் நிலையைக் குறிக்கும் நூல்கள், இவை முதலிடம் பெறவேண்டும். பொதுவாகவே, மக்களின் அறிவுக்குத் தெளிவும், ஆண்மைக்கு உரமும், ஒழுக்கத்துக்கு வலிவும் தரத்தக்க நூல்கள் இருக்க வேண்டுமேயொழிய, வாழும் இடத்தை வகையற்றது என்று கூறி, வான வீதிக்கு வழி காட்டும் நூல்களும் மாயா வாதத்தையும், மன மருட்சியையும் தரும் ஏடுகளும், தன்னம்பிக்கையைக் கெடுத்து, விதியை அதிகமாக வலியுறுத்திப் பெண்களை இழித்தும் பழித்தும் பேசிடும் நூலும் இருத்தலாகாது.

பஞ்சாங்கம் அல்ல புத்தக சாலையில் இருக்கவேண்டியது அட்லாஸ்-- உலகப்படம் இருக்க வேண்டும்.

இந்த அடிப்படை பிரச்சினையிலே நேர்மையான முறையையும் நெஞ்சு உரத்தையும் காட்டியாக வேண்டும். அப்போதுதான் வீட்டிற்கோர் புத்தகசாலை அமைப்பது என்பது அறிவுத் தெளிவுக்கு வழிசெய்யும்-- மனவளத்தை உண்டாக்கும்--நாட்டை வாழ வைக்கும். புலியை அழைத்துப் பூமாலை தொடுக்கச் சொல்ல முடியாது. சேற்றிலே சந்தன வாடை கிடைக்குமென்று எண்ணக் கூடாது.

நமது பூகோள அறிவு, பதினான்கு லோகத்தைக் காட்டிற்று அந்த நாட்களில். நமது மார்க்க அறிவு நரபலியைக் கூடத் தேவை என்று கூறிற்று அந்த நாட்களில். நமது சரித்திர அறிவு பதினாயிரம் ஆண்டு ஒரு மன்னன் ஆண்டதாகக் கூறி வைத்தது நமது பெண் உரிமையைப் பற்றிய அறிவு, காமக்கிழத்தி வீட்டுக்கு நாயகனைக் கூடையில் வைத்துத் தூக்கிச்சென்ற பத்தினியைப்பற்றி அறிவித்தது. நமது விஞ்ஞான அறிவு, நெருப்பிலே ஆறும், அதன் மீது ரோமத்தால் பாலமும் இருப்பதாக அறிவித்தது.

அப்படிப்பட்ட எண்ணங்களுக்கு ஆதாரமாக இருந்த ஏடுகளை இந்த நாட்களிலே நாம், வீட்டில் புத்தகசாலையில் சேர்ப்பது, நாட்டு நலனுக்கு நிச்சயமாகக் கேடு செய்யும்.

பூகோள, சரித, ஏடுகள் இருக்கவேண்டும்--நமக்கு உண்மை உலகைக் காட்ட, நமக்கு ஒழுக்கத்தையும், வாழ்வுக்காண வழிகளையும் காட்ட வீட்டிற்கோர், திருக்குறள் கட்டாயமாக இருக்க வேண்டும்.

நமது தழிழகத்தின் தனிச்சிறப்பு என்று கூறத்தகும் சங்க இலக்கியச் சாரத்தை சாமான்யரும் அறிந்து வாசிக்கக் கூடிய முறையில் தீட்டப்பட்ட ஏடுகள் இருக்கவேண்டும். குறைந்த பட்ச மக்கள் முன்னேற்றத்துக்கும், வாழ்க்கை வசதிக்கும் உதவும் விஞ்ஞானக் கண்டு பிடிப்புகளைப்பற்றிய முக்கியமான தகவலைத் தெரிவிக்கும் நூல் இருக்க வேண்டும்.

நாட்டு விடுதலைக்கு உழைத்தவர்கள், மக்களின் மன மாசு துடைத்தவர்கள்; தொலை தேசங்களைக் கண்டவர்கள் வீரர்கள், விவேகிகள் ஆகியோரின் வாழ்க்கைக் குறிப்பு ஏடுகள் இருக்க வேண்டும்.

இந்த அடிப்படையில் வீட்டிற்கோர் புத்தகசாலை அமைத்துக் கொண்டால், நாட்டுக்கு நல்ல நிலை ஏற்படும். வீட்டிற்கோர் புத்தகசாலை தேவை--ஆனால் கேட்டினை நீக்கிடத் தக்க முறைகளைத் தரும் ஏடுகள் கொண்டதாக இருக்க வேண்டும் வீட்டிலே அமைக்கும் புத்தகசாலை.

மேடைப் பேச்சு

இந்நாட்களில் மேடைப் பேச்சு, நாடாளும் நற்பணியில் முக்கியமான கருவியாகிவிட்டது. இந்தக் கருவி ஒரு சிலருக்கு மட்டுமே உரியதுமல்ல. அங்ஙனம் இருத்தலும் ஆகாது. மணிமுடி, வாள், ஜெபமாலை இவைகளின் இடத்தை இப்போது மேடைப் பேச்சு கைப்பற்றி இருக்கிறது. ஜனநாயகம் வளர வளர, இதன் முக்கியத்துவமும் வளரும். இதன் முக்கியத்துவமும் வலியும் வளர வளர, இதனைக் கொண்டு தன்னலம் வளர்க்கும் ஆபத்தும் வளரக்கூடும். மக்களைத் தவறாக நடத்திச் செல்லுதற்கும் இதனைப் பயன் படுத்தும் தீய நோக்கமும் படரக்கூடும். திசை காட்டும் கருவி தீயோனிடம் சிக்கினால் கலம் பாறையில் மோதுதல் போல, அரசுகளை ஆட்டிவைக்கும் அளவுக்கு ஆற்றல் அமைந்த மேடைப் பேச்சு எனும் சக்தி, சாதனம், ஒரு சிலருக்கு மட்டுமே கிடைத்து, அவர்களும் அந்தச் சக்தியைத் தவறான காரியத்துக்குப் பயன் படுத்துவதால், மக்களின் நலன், பாறை மோதிய கலமாகும். எனவே இந்தச் சக்தியை மக்களில் பெருவாரியானவர்கள் பெறுவதற்கு முயலவேண்டும்.

எந்தக் காரியத்துக்கும் கால காரணம்கூற, மேடைப் பேச்சு, ஆள்பவர்கள் அடாது செய்து மக்களைப் பாடு படுத்தாதபடி பாதுகாப்புத் தேடிக்கொள்ள மக்கள், மேடைப் பேச்சுக் கைக்கொள்ள வேண்டியிருக்கிறது. ஆக, ஆள்பவர், ஆளப்படுபவர் எனும் இருசாராருக்கும், மேடைப் பேச்சு, ஒரு சமயம் வாளாக, பிறிதோர் சமயம் கேடயமாக, ஒரு சமயம் விளக்கமாக, வேறோர் சமயம் தீப்பந்தமாகப் பயன்படுகிறது.

முன்னாளில் வெளியார் படை எடுப்பு, உள் நாட்டுக் குழப்பம், காட்டு மிருகங்கள் நாட்டிலே புகாதபடி பார்த்துக்கொள்வது போன்ற, சில அடிப்படைக் காரியங்கள் மட்டுமே ஆள்பவர்களுக்கு இருந்தன. மக்களின் அன்றாட

வாழ்க்கையிலே, அவர்களின் ஆட்சி புகுந்ததில்லை இப்போது நிலைமை தலைகீழ் மாற்றம், அரிசி எந்த அளவு உண்ணலாம் என்று அளவிட ஆள்பவருக்கு அதிகாரம் இருக்கிறது. 'ஆஸ்திரேலியா சென்றாவது உணவுப் பொருள் கொண்டுவா, முடியாவிட்டால், ஆட்சிப் பீடத்தைவிட்டு வெளியே போ,' என்று கூறும் உரிமை மக்களுக்கு இருக்கிறது. மக்களின் தனி வாழ்க்கையிலே இப்போது ஆள்பவர்களுக்கு, அதிகமாக அளவு இடம் ஏற்பட்டுவிட்டது. எனவே, மக்களுக்கு, ஆள்பவர்களின் தன்மை, நோக்கம், திட்டம் இவைகளைப் பற்றிக் கண்காணிக்கும் பொறுப்பு அதிகரித்துவிட்டது. இந்தக் கண்காணிப்பு வேலைக்கு மேடைப் பேச்சு முக்கியமான துணையாகிறது. மேடைப் பேச்சு முக்கியம் என்பது சரி, ஆனால் முடியுமா? நம்மால் ஆகுமா? என்ற எண்ணம் பிறக்கக் கூடும்.

வானத்தில் வட்டமிடும் பறவைகளைக் கண்டு ஆச்சரியப்பட்டு, பிறகு அதுபோன்று பறக்கும் சாதனம் கிடைத்தால் பயன் அதிகமாக இருக்குமே என்று மனிதன் எண்ணத் தொடங்கினான்--அந்த எண்ணத்தை ஆக்கித் தந்தது.

அலைகடலை அடக்கும் மரக்கலம் அமைத்தோர். ஆழ் கடலுக்குள்ளே செல்லும் கலம் அமைத்தோர் விண்ணில் பறக்கும் விமானம் அமைத்தோர், தொலைவிலுள்ளதைக் கேட்கவும் காணவும் கருவிகள் கண்டுபிடித்தோர், காட்டாறுகளைக் கட்டுக்குக் கொண்டுவந்தோர், நீரிலே நெருப்பின் சக்தியை கண்டறிந்தோர், அனைவரும் நம் போல் மனிதரே, அவர்களால் முடிந்தது, நம்மால் ஆகும் என்ற நினைப்பு அவர்களை ஊக்குவிக்கும் சக்தியாயிற்று. அவைகள் சாத்தியமானபோது மேடைப் பேச்சு சாத்தியமாகாது. பேசாமலிருப்பது வேண்டுமானால் சிரமம்--சிந்தையை அடக்கியே சும்மா இருப்பதரிது--பேசுவது எளிது--பேசுவதை, ஒழுங்குக்கும் முறைக்கும் கட்டுப் படுத்துவதுதான், மேடைப் பேச்சு.

எனவே, இந்நாளில் மேடைப் பேச்சுக்குத் தேவையும் பயனும் உள்ளது என்பது உணர்ந்து, அதனை நாமும் பெறமுடியும் என்ற நம்பிக்கையும் கொள்வது முதல் வேலை,

பிறகு மேடைப் பேச்சு எங்ஙனம் அமைதல் வேண்டும் என்பனவற்றைக் கவனிக்கவேண்டும். மேடைப் பேச்சு தென்றலா, புயலா? தீஞ்சுவையுள்ள இளநீரா, அல்லது வேம்பின் சாறு போன்றதா, எங்ஙனம் இருத்தல் வேண்டும் என்ற கேள்வி நிச்சயமாகத் தோன்றும்; இந்த எண்ணம், ஒரு சருக்குமேடை மேடைப் பேச்சுக்குத் தங்களைத் தயாரித்துக் கொள்வோர் மிக ஜாக்கிரதையாக ஊன்றி நடக்கவேண்டிய இடம் இது.

இனிமையாகப் பேசவேண்டும் என்ப தொன்றையே குறிக்கோளாகக் கொண்டு, மேடைச் பேச்சு முறை பயிலத் தொடங்குவது ஆகாதகாரியமட்டுமல்ல--தேவையுமற்றது, இதனால், கடுஞ் சொல் பேசுவதே சிலாக்கியம் என்பதல்ல பொருள், சொல் சுடுமா? சுவை பயக்குமா என்பதொன்றையே நோக்கமாகக் கொள்வது கூடாது என்பதைத்தான் கூறுகிறேன். அந்த முறையில் பேசுவது, ருக்மணி கலியாணம், ராமபட்டாபிஷேகம், சீமந்தனி கதை போன்ற காலட்சேபம் நடத்துபவருக்கு வேண்டுமானால், சாத்தியமாகக் கூடும்-- பயனும் கிடைக்கக் கூடும்--படியை அரைக்காலாகக் காய்ச்சிய பால், அதிலே கற்கண்டுக் தூள் குங்குமட்பூவின் குழம்பு, இவ்வளவும் போதாதென்று பக்தியும் ஆசையும் கூட்டித் தரப்படக் கூடும். ஆனால் மேடைப் பேச்சு, காலட்சேபமல்ல விவாதத்துக்குரிய உயிர்ப் பிரச்னைகளைப்பற்றிய கருத்துக்களை வெளியிடுவது. இனிமையான எல்லோருக்கும் கிடைக்கும்படிசெய்யும் நாவாணியம் அல்ல, மேடைப் பேச்சு. வாய் பொத்தி, கைகட்டிக் கேட்கும் மக்கள் எதிரே நடத்தும் உபதேசமல்ல, அருள்வாக்கல்ல, பேசுபவர்கள்.

இன்ன பொருள்பற்றிப் பேசிடுக என்று பணித்திட, பேசுபவன் அது போலவே நடத்தும் வசனம் சங்கீதமு மல்ல, வாழ்க்கையுடன் தொடர்புகொண்ட பிரச்னைகளைப்பற்றி, மக்கள் குழப்பமான கருத்து கொண்டிருந்தால் தெளிவு அளிப்பது மக்கள் மருண்டிருந்தால் மருட்சியை நீக்குவது, மக்கள் கவலையற்று இருந்தால், பிரச்னையின் பொறுப்பை உணரச் செய்வது, போன்ற காரியம். மக்கள் கொண்டுள்ள கருத்துக்கு முற்றிலும் மாறானவற்றையே கூறியாகவேண்டிய நிர்பந்தமும் மேடைப் பேச்சாளனுக்குச் சில சமயம் ஏற்படக்கூடும். பேச்சைக் கேட்க வருபவர் அனைவரும் ஒத்த கருத்தினர் அல்லர், இந்நிலையில் மேடைப் பேச்சு இனிமை பயப்பது மட்டுவே குறிக்கோள் என்று கொண்டால் நடவாது-- ஆகாது.

'சரஸ்வதி தாண்டவமாடுகிறாள்' அவன் நாவில் என்று புகழ்வதும், 'தம்பி என்னடா சண்டைப் பிரசண்ட மடிக்கிறார்-- வீசு மலைப்பிஞ்சுகளை என்று ஏசுவதும், ஏககாலத்தில் நடைமெறும் விநோதபுபுரியிலே இருக்கிறார் மேடைப் பேச்சாளி எந்த பேச்சு பலருக்கு இனியதாய், பயனுடையதாய் அறிவு நிரம்பியதாய்த் தோன்றுகிறதோ, அதே பேச்சு வேறுசிலருக்குச், சுடு சொல்லாய், வெட்டிப் பேச்சாய், ஞான சூன்யமாய்த் தோன்றக்கூடும், அவரவர் அந்தந்த எண்ணத்திற்கு ஏற்ப நடவடிக்கைகளிலும் ஈடுபடக்கூடும். தென்றல் என்பர் சிலர்; புயல் என்பர் சிலர்; தேனினும் இனியதென்பர் சிலர்; கர்ணகடூரம் என்பர் சிலர்; வீணுரை என்பர் சிலர்; விவேக சிந்தாமணி என்பர் சிலர்; இதிலே கவனம் செலுத்தக்கூடாது; மேடைப் பேச்சு ஒரு பொறுப்புள்ள பணியாகவும், பயன் தரும் கவியாகவும் இருத்தல்வேண்டும் என்ற நோக்கமுடையோர் அச்சம், தயை, தாட்சணியத்துக்குக் கட்டுப்பட்டு கருத்தை அடகுவைக்கும் குணமும் இருத்தலாகாது; காட்டுக் குதிரை மீதேறிச் செல்லும் முரட்டுச் சுபாவக்காரனின் கைத்தடி போன்ற போக்குத்தான் வீரமுழக்கம் என்றும் கருதலாகாது. இந்த இரண்டு வழுப்புப் பாதைக்கும் இடையே உள்ள நல்வழி, இன்னது என்று

அறுதியிட்டுக் கூறமுடியாது. அந்தப் பாதை. பாடுபட்டு அவரவர்கள் கண்டறியமட்டுமே முடியும். ஆனால் அதற்கு, பேசுபவர்களுக்குத் தாம் பேசும் பொருளின் ஆழ்ந்த நம்பிக்கையும் மதிப்பும் இருப்பதுபோலவே, மன்றம் வரும் மக்களிடம் மதிப்பும் நம்பிக்கையும் வேண்டும். பேச்சு இனிமையாக இருக்கவேண்டும், என்பதையே நோக்கமாகக் கொள்ளதை விட, மக்களையும் கொள்கையையும் மதித்து நம்பிக்கையுடன் பேசும் நோக்கம் சிறந்தது--மேலானது.

தீயினார் சுட்ட புண் ஆறும்--நாவினார் சுட்ட புண் ஆறாது என்ற வள்ளுவர் வாக்கு, தனிப்பட்ட உரையாடலுக்கு மிகப் பொருத்தமாக இருக்கும்--பேச்சு மேடையிலே ஆறிய புண் அதிகம். நாவினால் சுட்டவடுப் பெற்றதாக எண்ணிக் கல் வீசினோர், 'நல்வழி கண்டோம்' அவர் உரையால் என்று, பிறிதோர் நாள் உணர்ந்து, கல் தூக்கிய கரத்தால் கனத்த மாலையைத் தூக்கிவரும் காட்சிகள் நிரம்பிய விசித்திரபுரி மேடை.

எனவே, பேசும் பொருள் பயன்படத் தக்கதாகவும், வீனான வீம்புக்கு வித்திடாத வகையிலும் அமைத்துக் கொள்வது நல்லது. இனித்தே ஆகவேண்டும் என்று முயன்றால், சதங்கையும் ஜாலரும் தேடித் தீரவேண்டிவரும.

இனிமையுங்கூட கொள்கையின் உறுதியிலேயிருந்து பிறப்பதுதான்-- கொள்கையை விட்டுக் கொடுப்பதால் வராது.

வள்ளுவர் வாக்கின்படி பேச்சு அமைவதற்கு வள்ளுவர் வாக்கின்படி கேட்பவர்களும் அமையவேண்டும். பேசுபவருக்கு முறை கூறிய வள்ளுவர், கேட்பவருக்கும் முறை கூறி இருக்கிறார்.

"எப்பொருள் யார் யார் வாய் கேட்பினும்

அப்பொருள் மெய்ப் பொருள் காண்பதறிவு."

ஆனால் நடைமுறையில் இந்தக் குறள் இல்லை. மெய்ப் பொருள் காண்பதறிவு என்றார் திருவள்ளுவர். மெய்ப் பொருள் காண்பதரிது என்று ஆகிவிட்டது நிலைமை.

இனி, பேச்சு கருத்தின் தொகுப்பு, ஆகையால் பேச்சு பயனும், சுவையும் தருவதாக இருக்க, கருத்துக்களைக் கவனித்தாக வேண்டும். கருத்து சிந்தனையின் விளைவு; சிந்தனை காண்பன கேட்பனவற்றிலே தொடர்ந்து ஏற்படும் ஆர்வம், ஒரே பொருள் காண்போருக்கு, வெவ்வேறு சிந்தனையைக்கிளறி, வெவ்வேறு கருத்தைத் தூண்டி, அதற்கேற்ற முறையிலே, பேச்சுப் பிறக்கச் செய்யும்; வேப்பிலை வைத்தியர், பூசாரி எனும் இருவருக்கும் வேறு வேறான எண்ணம் தருவது போல.

ஒரு எடுத்துக் காட்டு, குதிரையைப் பற்றி பேசும்படி சிலருக்கு அழைப்பு விட்டுப் பார்ப்போம்--வேடிக்கையாக இருக்கும் அவர்கள் பேச்சு.

வரலாற்று வகுப்பு மானவர் பேசுவதானால், குதிரைகளுக்குக் கம்பீரமும் பெருமையும் ஏன் ஏற்படாது. மகாவீரன் அலெக்சாண்டர் ஏறி வந்தது, ப்யூசிபாலஸ் எனும் குதிரை மீது அல்லவா என்று சுவையுறச் சொல்வார்; தமிழக ஏடு படித்தோர், தேசிங்கு ராஜா கதையில் வரும் பாராசாரி, நீலவேணி பற்றிப் பேசாமலிரார்.

பழம் பாடல் படித்தோர், முன் இருவர் தொட்டிழுக்க பின்னிருந்து சிலர் தள்ள, மாதம் காதவழி பறந்த குதிரையைக் காளமேகம் கண்ட காட்சியைப்பற்றிக் கூறுவர். கிண்டி குதிரைப் பந்தயத்தின் கேடுகளை விளக்கும் நோக்க முடையோரோ, தாலி அறுக்கும் பிசாசே! தந்தைக்கும்

தனயன்க்கும் பகை மூட்டும் சனியனே! சூழ்ச்சியிலே மக்களைச் சிக்க வைக்கும் சகுனியே! நேசர்களுக்கிடையே மனக்கிலேசத்தைக் கிளப்பிவிடும் மாபாவியே உன்னால் கெட்டன குடும்பங்கள். கொழுத்தனர் வட்டிக் கடைக்காரர். குடித்தனத்திலே தீ மூட்டினாய். கொலைக்கும் களவுக்கும் கூட காரணமானாய். குதிரையே கோரத்தின் சொரூபமே. பாவத்தின் கருவியே! பாதகத்தின் பங்காளியே! உன் குலம் அழிக, கூண்டோடு அழிக, பூண்டின்றி ஒழிக என்று கோபமாகக் கூறுவர். ஒரு சமயம் பிரம தேவனை இலட்சுமிதேவியார் கோட்டானாகப் பிறக்கும்படி சாபமிட்டார். பிரமன் கோட்டானாகப் பிறந்தான். அந்த கோட்டான் முட்டையிலே குதிரை பிறந்தது, என்றுள்ள பிராணத்தைக் கூறுவார் புராணிகர். சைவப் பிரசங்கியாரோ "குதிரைகளா, அடியேனுக்கு அடங்காக் கோபம் பிறக்கும் அவைகளைக் கண்டதும், என் மணிவாசகன் இந்தப் பாழான குதிரைகளாலன்றோ, சிறைப்பட்டான் துயருற்றான்" என்று துவங்கி இறுதியில் "தீர யோசிக்கும் போது பரியிடம் பரிவே பிறக்கிறது. ஏனெனில், மணிவாசகரின் பெருமை மாநிலம் அறியும் நிலை, குதிரையாலன்றோ ஏற்பட்டது. எனவே குதிரைக் குலம் வாழ்க" என்று முடிக்கக் கூடும்.

குதிரையைப் பற்றிப் பேசுவதிலே இவ்வளவு வேறுபாடுகள் தோன்றக் கூடுமானால், நாட்டு நடவடிக்கை நாடாள்வோரின் திட்டங்கள், ஏடுகளிலே உள்ள கருத்துக்கள் போன்ற பிரச்சினைகளைப்பற்றி பேசும்போது, வேறுபாடுகள் கொஞ்சமாகவா இருக்கும். எனவே மேடைப் பேச்சு பலதிறப்பட்ட கருத்துக்கள் உலவி ஒன்றோடொன்று போரிடும் பலமும் ஆகிறது. களத்திலே பரிசும் உண்டு பகையும் உண்டல்லவா? கருவியும் கலங்கா உள்ளமும் வேண்டு மல்லவா?

கருத்துக்களை கொள்ளும்போது இந்த நிலை அறிந்து, தொகுக்க வேண்டும். மலர்கள் பலவகை--வர்ணத்தில்

மணத்தில், இவைகளில் மணமுள்ள மலர், மாலையாக்கப் படலாம், செண்டு ஆக்கப்படலாம், சரம் ஆக்கப்படலாம்.

மலர் கொண்டு மாலை தொடுத்தலிலே கைத்திறன் இருக்கத்தான் செய்கிறது. ஆனால் கைத்திறன் முழுவதும் காட்டி, காகிதப் பூமாலை தொடுத்தால் பயன் என்ன? மாலைக்கு முதற்பொருள் மணமுள்ள மலர். அதுபோலப் பேச்சுக்கு முதற் பொருள் சுவையும் பயனும் உள்ள கருத்துக்கள். மாற்றான் வீட்டுத் தோட்டத்திலே பூத்திடினும் மல்லிகைக்கு மணம் உண்டல்லவா? ரசிக்கத்தானே செய்வோம், அதுபோலவே பேசுபவரின் கருத்து பயன் தருமாயின், கேட்பவரின் கூட்டுறவு எத்தன்மையதாக இருப்பினும், அவர்கள் ஏற்றுக் கொள்வர். எனவே மேடைப் பேச்சுக்குக், கருத்துக்களைச் சேகரிப்பது சிந்தனையில் விளையும்படிச் செய்வது மிக மிக முக்கியம். பூத்த மலரை அழகுறத்தொடுத்தல் போலக் கிடைத்த கருத்தை தொகுத்தும் வகுத்தும், பிரித்தும், சொல்லும் சொல், தெளிவான நடை, நம்பிக்கையூட்டும் போக்கு, இவைகளைக் கொண்டு பேச்சு அமைத்தல் வேண்டும் என்பதைவிட அமையும் நிலைபெற வேண்டும் என்பது பொருத்தமாக இருக்கும். தூய்மையான நோக்கமும் தெளிவான அறிவும், கொள்கை வெல்லும் என்ற நம்பிக்கையும் இருக்குமானால். தட்டுத் தடுமாறி பேசும் பேச்சு நாளாவட்டத்தில் முழக்கமாகித் தீரும்.

"அவர்போலப் பேசவேண்டும். இவர் உபயோகித்த சொல்லை வீசவேண்டும். இரண்டோர் மேற்கோள் வேண்டும், எமர்சன், இங்கர்சால் ஆகிய யாரையாவது துணைக்கு அழைத்தே ஆக வேண்டும். இடையிடையே நகைச்சுவைக்காக விகடத்துணுக்குகளைச் சேர்க்க வேண்டும் என்ற எண்ணங்கொண்டு பேச்சு அமைப்பது; ஒரு மல்லி, பக்கத்தில் தழை, பிறகோர் சாமந்தி, அடுத்துக் கொஞ்சம் தவனம் பிறகோர் மணமில்லா மலர், பிறகு தழை என்ற முறையில் தொடுக்கப் படும் கதம்ப மாலையாகும்--கதம்பம்

மலர் குறைவாகவும் தழை அதிகமாகவும் இருப்பின் மாதர்கொள்ளார் அதுபோலவே பேச்சும், கருத்து அங்கொன்றும் இங்கொன்றுமாகி, சுவைக்குதவாதன அதிகமாக இருப்பின் எவரும் கொள்ளார். எனவே கருத்து மிக மிக முக்கியம். நடை வானவில் அதிக நேரம் அழகளிக்காது.

நீதியை நிலைநாட்ட, நேர்மையை வலியுறுத்த, நாட்டிற் கேற்ற திட்டங்களை எடுத்துரைக்க, மடமையை மாய்க்க, கொடுமைகளைக் களைய, சிறுமைகளை சீரழிவுகளைப் போக்க ஆர்வம் தோன்ற வேண்டும். அந்த ஆர்வம் ஏற்படுத்தும் சிந்தனையிலே பூத்திடும் நல்ல கருத்துக்களை, அழகுறத் தொடுத்து அளிப்பதே மேடைப் பேச்சு.

மலர்மாலை மதயானை முன் வீசப்பட்டுக் காலில் மிதிபடுவது போல, நல்ல பேச்சுக்கு பொல்லாத நிலை வருவதுமுண்டு; முகர்ந்து ரசித்து கூந்தலிற் செருகி, இன்புற்று மகிழும் மாதரிடம் மலர் சென்று பெருமையும் பயனும் கண்டறிந்து பெறக்கூடியவர்களிடம் போய்ச் சேர்வதும் உண்டு. ஆனால் என்ன ஆகுமா என்ற ஏக்கத்தை முதலில் கொள்ளாது, கருத்துக் கோவையான பேச்சை நாட்டுக்கு அளிப்பது நமது கடமை என்ற எண்ணத்தை முதலிற் கொள்ளுவரே மேடைப பேச்சில் வெற்றி பெறும் வழி. அந்த வழி அனைவர்க்கும் பொது; அனைவருக்கும் உரிமை உண்டு. முயன்றால் யாரும் வெற்றி பெறலாம்.

முற்றும்.

★ ★ ★

9 788198 809391

Printed at Repro India Ltd.